अनवट वाटेवरचा अनुभव

'सागरतीरी'त सलग असं कथानक नाही. आहेत ते विलक्षण अनुभव आणि विविध व्यक्तिरेखांचे तुकडे! ज्यांची कधी सुसंगत वाटणारी, पण बरीचशी विस्कळीत अशी सांधेजोड करण्यात आली आहे. इंजिनियरिंगची पदवी पदरात असूनही दोन वर्षे बेकारीत काढलेल्या एका तरुण, संवेदनशील इंजिनियरच्या वाट्याला आलेल्या अकल्पित अनुभवांचं हे संचित आहे.

— दैनिक लोकसत्ता : २०-७-१९९७

सागरतीरी

लेखक

ध्रुव भट

अनुवाद

अंजनी नरवणे

मेहता पब्लिशिंग हाऊस

✆ +91 020-24476924 / 24460313 / Mob. No. 9545000513

Email : production@mehtapublishinghouse.com

Website : www.mehtapublishinghouse.com

- *या पुस्तकातील लेखकाची मते, घटना, वर्णने ही त्या लेखकाची असून, त्याच्याशी प्रकाशक सहमत असतीलच असे नाही.*

SAMUDRANTIKE by DHRUVA BHATT

© Dhruva Bhatt

Translated into Marathi Language by Anjani Narvane

सागरतीरी / अनुवादित कादंबरी

अनुवाद : अंजनी नरवणे

Email : author@mehtapublishinghouse.com

मराठी अनुवादाचे व प्रकाशनाचे हक्क मेहता पब्लिशिंग हाऊस, पुणे.

प्रकाशक : सुनील अनिल मेहता, मेहता पब्लिशिंग हाऊस,
१९४१, सदाशिव पेठ, माडीवाले कॉलनी, पुणे – ४११०३०.

मुद्रक : पार्कसन्स ग्राफिक्स

प्रकाशनकाल : तिसरी आवृत्ती : जानेवारी, १९९७ / पुनर्मुद्रण : मार्च, २०१७

मुखपृष्ठ : मेहता पब्लिशिंग हाऊस

किंमत : ₹ १६०

P Book ISBN 9788171616466

E Book ISBN 9789386454294

E Books available on : amazonkindle Apple Books Google Play Books

---

–माझं जीवन आणि लेखन यांचा
नाभि-नाळ संबंध
ज्याच्याशी जोडलेला आहे,
त्या माझ्या कौटुंबिक वातावरणास–

मूळ लेखकाचं निवेदन

साहित्य जगतातल्या अधिकारी व्यक्तींनी घालून दिलेल्या लेखन प्रकारांच्या नियमांमधे न बसणारी ही कथा मी लिहिली आहे.

गोपीनाथ पासून निघून झांझमेर, महुवा, जाफराबाद, दीव, सोमनाथपासून, पोरबंदर, द्वारकापर्यंतचा समुद्रकिनारा जसजसा पायाखालून जात गेला, तसतसं बरंच काही कळत गेलं, जे एरवी कधीही कळलं नसतं.

ह्या कथेत येणाऱ्या बहुतेक सर्व व्यक्ती मला वेगळ्या नावांनी, वेगळ्या ठिकाणी, वेगळ्या वेळी भेटलेल्या आहेत. एखाद्या व्यक्तीबद्दल घरच्या मोठ्या माणसांकडून मी ऐकलेलं आहे.

ह्या सगळ्यांना एका काळात, एका स्थळी आणण्यासाठी मी काही काल्पनिक घटना लिहिल्या आहेत.

ह्याहून जास्त काहीही मला ह्या लेखनाविषयी सांगायचं नाही, किंवा मित्रांकडून अथवा परिचितांकडून सांगवून घ्यायचं नाही.

प्रस्तावना

साहित्यक्षेत्रात नेहेमीच आघाडीवर असलेल्या महाराष्ट्रातील वाचकांना शेजारच्या गुजरात मधील साहित्याची फारशी ओळख नाही. किंबहुना गुजराती म्हणजे धंदा-व्यापार-शेअर्स-पेढ्या ह्या विश्वातच गुंतलेला माणूस असं एक समीकरण आपल्या डोक्यात असतं! ते थोडंफार खरंही असलं तरी सर्वस्वी खरं नाही. गुजराती भाषेत समृद्ध वाङ्मयही आहे व अनेक उत्तम साहित्यिकही. जुन्या पिढीतील नावाजलेल्या साहित्यिकांपैकी स्व. रमणलाल वसंतलाल देसाई, स्व. पन्नालाल, स्व. सुरेश जोशी इ. नावं आठवतात. हल्लीच्या पिढीत नावलौकिक मिळवलेले अनेक लेखक व लेखिका आहेत. चंद्रकांत बक्षी, जयंत पारेख, भगवतीकुमार शर्मा, रघुवीर चौधरी, धीरूबहेन पटेल, केशुभाई देसाई, वीनेश अंताणी, वर्षा अडालजा, कुन्दनिका कापडिया इत्यादि.

एक गोष्ट विशेष जाणवते ती अशी, की गुजरातीमधील लेखन, त्या त्या लेखकाच्या काळातील सामाजिक परिस्थितीशी संलग्न असंच बहुतांशी असतं. बहुतेक कथा, कादंबऱ्या कौटुंबिक व सामाजिक जीवनातील प्रश्नांभोवती गुंफलेल्या असतात. इतर विषय– राजकीय, ऐतिहासिक, पौराणिक, रहस्यकथा इ., हाताळले गेले असतीलही पण सातत्यानं लोकप्रिय राहिलं आहे सामाजिक विषयांवरील साहित्य.

'सामाजिक' ह्या सदराखाली जे पोटविभाग पडतात त्यामध्ये दलित साहित्य, स्त्रीमुक्ती विषयक साहित्य, स्त्रीलेखिकांचं साहित्य आणि प्रायोगिक पद्धतीचं साहित्य. गुजरातीमध्येही मराठी सारखंच ह्या सर्व तऱ्हेचं साहित्य आहे. दलित लेखनात श्री. जोसेफ मॅकवान हे एक प्रमुख नाव आहे. त्यांचं बरंचसं लेखन प्रत्यक्ष अनुभवांवर आधारलेलं असल्यामुळं असेल, पण वाचताना लेखनातली पारदर्शक

सच्चाई व तळमळ पदोपदी जाणवते.

स्त्री-लेखिकांमध्ये स्व. लीलावती मुन्शी, धीरुबहेन पटेल, बसुबहेन भट्ट, कुन्दनिका कापडिया, वर्षा अडालजा, भारती वैद्य, भारती दलाल, हिमांशी शेलत, अशी बरीच नावं उल्लेखनीय आहेत. कुन्दनिका कापडिया ह्यांचं लेखन बरचसं स्त्रीमुक्ती विषयक, त्यांच्या 'सात पगलां आकाशमां'ला साहित्य अकादमी पुरस्कार मिळाला व बऱ्याच भारतीय भाषांमधे त्याचा अनुवादही झाला. वर्षा अडालजांच्या 'अणसार'लाही गेल्या वर्षी अकादमी पुरस्कार मिळाला.

प्रायोगिक, नव्या तऱ्हेच्या लेखनात स्व. सुरेश जोशी ह्यांचं नाव प्रामुख्यानं घेतलं जातं. गुजराती साहित्याला एक वेगळी दिशा देण्याचा त्यांनी प्रयत्न केला. तोच प्रकार फक्त टिकून रहाणं शक्य नाहीच परंतु घटनाप्रधान नसलेल्या कथा लिहिण्याचा एक नवा प्रकार त्यांच्यामुळे गुजराती साहित्यात निश्चित आला. एखाद्या लहानशा घटनेवर आधारित, ठोस अशी कथा नसलेली पण घटनेतील पात्रांच्या मनोव्यापारांचं अचूक, भेदक दर्शन त्यांच्या कथा घडवितात. ह्या पद्धतीच्या लेखनाचा प्रयत्न आज जे गुजराती लेखक करत आहेत, त्यात प्रमुख नावं भरत नायक, बाबूसुथार, हरिकृष्ण पाठक, भीखू कपोडिया व आंतर्राष्ट्रीय कीर्तीचे चित्रकार भूपेन खख्खर इत्यादींची.

'सागरतीरी'ची (मूल नाव 'समुद्रान्तिके') ही प्रस्तुत कथा व कथालेखक कुठल्याच साच्यात न बसणारी! लेखक श्री. ध्रुव भट्ट हे पेशानं साहित्यिक नाहीत आणि त्यांनी स्वतः त्यांच्या निवेदनात म्हटल्याप्रमाणं लेखनप्रकारांच्या कुठल्याही नियमांमधे, कुठल्याही साच्यामधे ही कथा बसत नाही. ह्या कथेचं आणि लेखकाचं वैशिष्ट्य आणि आगळेपण ह्यातच आहे असं वाटतं! जी कथा त्यांना सांगायची आहे आणि ती सांगताना जे काही त्यांना म्हणायचं आहे, ते इतक्या साध्या सरळ निखालसपणे त्यांनी सांगितलं आहे, की ते वाचकाच्या हृदयाला जाऊन भिडतं. कसलाही 'साहित्यिक' आव न आणता केलेलं लेखनही वाचकाच्या मनाची पकड घेऊ शकतं, त्याला विचार करायला भाग पाडतं, हे 'सागरतीरी' वाचून पटतं!

भारतातील वेगवेगळ्या प्रांतांमधील लोकांना भिन्नभाषिक भारतीयांची जास्त चांगली ओळख व्हावी, एकमेकांची सामाजिक पार्श्वभूमी, मानसिक जडणघडण जास्त नीट कळावी ह्यासाठी प्रत्येक भारतीय भाषेमधील चांगल्या साहित्याचा इतर भारतीय भाषांमधे अनुवाद होणं अत्यावश्यक आहे असं वाटतं. अशा तऱ्हेचे उपक्रम होतही आहेत. माझ्या परीनं ह्या उपक्रमाला हातभार लावण्यासाठी मला आवडलेलं गुजराती साहित्य मराठीत आणण्याचा प्रयत्न मी करत आहे. 'सागरतीरी' हा ह्या प्रयत्नाचाच एक भाग.

हा प्रयत्न सफळ होण्यामागे मेहता पब्लिशिंग हाऊसचा वाटा मोठा आहे. श्री

अनिल मेहता व श्री. सुनील मेहता तसेच श्री. अनिल किणीकर ह्यांचे आभार मानावेत तेवढे थोडे आहेत. त्यांचं उत्तेजन व पाठिंबा असल्यामुळं उत्साह वाढता राहिला. हस्तलिखित वाचून सूचना करताना प्रत्येक शब्द ज्या बारकाईनं व चिकाटीनं श्री. किणीकरांनी वाचून पाहिला, त्याला तोड नाही. ह्या पुस्तकामुळेच श्री. ध्रुव भट्ट ह्या अत्यंत साध्या व सरळ मनाच्या माणसाची ओळख झाली हाही एक मोठा फायदा!, 'साहित्यिक' असलं म्हणजे स्वतःला 'फार विशेष' कोणी समजणं जरूर नाही ही फार चांगली शिकवण त्यांच्याकडून घेण्यासारखी आहे!

– अंजनी नरवणे

कथेविषयी थोडंसं

कथानायक एक तरुण एंजिनियर. सौराष्ट्राच्या किनाऱ्यावरच्या एका विरळ वस्ती असलेल्या मागासलेल्या प्रदेशात, सरकारी कारखाना उभा करायचं ठरतं, विषारी रसायनं तयार करण्याचा. तिथल्या उजाड जमिनीची मोजणी करून, कारखाना सुरू करण्याच्या दृष्टीनं रिपोर्ट तयार करण्याचं काम त्याच्यावर सोपवलं जातं. आधुनिक सुखसोयी, वाहनं, सर्वांपासून शेकडो मैल दूर असलेल्या अशा ठिकाणी मिळालेली ही नोकरी, केवळ दोन वर्षं बेकार अवस्थेत काढली असल्यानं, स्वतःच्या मनाविरुद्धच, नाइलाजानं स्वीकारून कथानायक कामावर येऊन पोचतो.

आणि पुढील तीन वर्षांच्या अवधीत त्याच्या आयुष्यात येतात काही जगावेगळी, अविस्मरणीय माणसं आणि अविस्मरणीय अनुभव. त्या प्रदेशातल्या विशिष्ट संस्कृतीचा, जीवन पद्धतीचा त्याला परिचय होत जातो, तसतसा स्वतःच्याही नकळत तो बदलू लागतो आणि जसजसा तो बदलू लागतो, तसतसं त्यानं स्वीकारलेलं काम त्याला नकोसं वाटायला लागतं. ह्या द्विधा मनस्थितीत अखेर त्याला मार्ग कसा सापडतो, त्याची ही कथा आहे.

आपल्या रोज नव्या रूपानं लोभावणारा, भिववणारा, गुंतवून टाकणारा समुद्र, साऱ्या कथानकाचा एका अर्थानं समांतर नायकच आहे. तशीच महत्त्वाची आहे तेथील आनंदी प्रजा, जी अत्यंत कठीण परिस्थितीत सुखानं, मानाचं जिणं जगू शकते. अशा ह्या प्रजेचे जे अनेक प्रतिनिधी लेखकाला भेटतात, त्यातील हे काही जण–

१) सबूर : अत्यंत मागासलेल्या जातीतला, स्वतःचं घरदार, शेती, काहीही नसलेला, अडाणी, आडमुठा आणि आळशी वाटणारा. ह्याची महत्त्वाकांक्षा एकच,

आणि ती म्हणजे स्वतःच्या मालकीचा जमिनीचा एक तुकडा, मग तो कसा का असेना, असणं.

२) नूराभाई : अल्लातालावर अपार श्रद्धा आणि निसर्गाचं, विशेषतः पक्ष्यांचं अत्यंत प्रेम असलेला. सरकारी जंगल खात्यातली नोकरी सांभाळत पक्ष्यांबद्दल कितीतरी माहिती मिळवलेली.

३) किष्मा : निधड्या छातीचा, बेटावर राहणारा, अतिशय कुशल तांडेल. त्याची अत्यंत प्रिय पत्नी बेली, जिच्यासाठी तो जिवावरही उदार होऊ शकतो.

४) शामजी सरपंच : कठीण परिस्थितीशी सतत झुंजत राहून सामना करत रहाणारा, धीरोदत्त माणूस, तेथील प्रजेचा खराखुरा 'प्रतिनिधी' म्हणता येईल असा.

५) हादा भट्ट : ज्यांची विद्वत्ता आणि निस्पृहता, यामुळे जे काही घडत गेलं, त्या घटनांवर सगळी कहाणी उभी झाली.

६) बंगाली बाबाजी : माणसांपेक्षा निसर्गाशी जास्त जवळीक असणारा, मनानं प्रेमळ, पण फटकळ वागणारा, सडेतोड बोलणारा, जगावेगळा संन्यासी.

आणि

७) अवल : अगदी वेगळ्या अशा इथल्या संस्कृतीत वाढलेली, तिच्या भोवतालच्या जगातल्या सर्वांच्या दृष्टीनं खूप महत्त्वाची आणि आदरणीय असलेली एक विवाहित स्त्री. अत्यंत खंबीर मनाची, तडफदार. तत्त्वासाठी अवल कुठलाही त्याग करू शकते. जाणूनबुजून, समजून उमजून तिनं गरिबी स्वीकारली आहे आणि ताठ मानेनं जगत आहे. गरिबांच्या भावनांची, त्यांच्या कष्टमय आयुष्याची आगळी जाण तिला आहे. नीती अनीतीच्या तिच्या आपल्या व्याख्या आहेत, तत्त्वं आहेत; आणि त्या तत्त्वांना धरून ती जगते.

अवल आणि कथानायक ह्यांच्यामधे सुरुवातीचे गैरसमज दूर झाल्यावर निर्माण होतं एक नाजुक नातं– अनोखं, अव्यक्त, कोठेही स्पष्ट उल्लेख न करताही अनेक प्रसंगी ह्या भावनेची हलकी झुळूक फक्त जाणवते, काही सुचवून जाते.

ह्या कथेला गुजरात साहित्य अकादमी पारितोषिक मिळालं प्रवासवर्णनात्मक कादंबरी म्हणून, गुजराती साहित्य परिषदेचं पारितोषिक मिळालं एक उत्तम कादंबरी म्हणून; तर मारवाडी संमेलन, मुंबई ह्या संस्थेचं पारितोषिक मिळालं उत्तम साहित्य म्हणून.

चांगल्या साहित्याच्या कुठल्याही प्रकाराचं नाव दिलं, तरी ह्या कथेत जे काही आहे, ते अंतर्मुख करणारं आहे, विचार करायला लावणारं आहे.

– अंजनी नरवणे

भरती ओसरेपर्यंत आम्हाला वाट बघायची आहे. तिन्ही बाजूंनी समुद्राने वेढलेल्या जमिनीच्या शेवटच्या टोकाच्या खडकावर मी बसलो आहे. जानकी दिवादांडीजवळ खेळते आहे. शंखशिंपले वेचून आपल्या छोट्याशा परकराच्या ओच्यात भरता भरता ती काहीतरी गुणगुणते आहे.

इथून जरा अंतरावर, समुद्रातून बाहेर निघालेल्या एखाद्या प्रचंड राक्षसाच्या डोक्यासारखा दिसणारा एक खडक आहे, त्यावर शिकोतर मातेचे मंदिर आहे. जानकी मला त्या मंदिरात घेऊन जाणार आहे.

मुख्य प्रदेशाला त्या खडकाशी जोडणारी वाट आता समुद्राच्या खाऱ्या, पांढऱ्या, फेसाळ पाण्याच्या तळाशी आराम करतेय. ओहोटी लागली की ती वाट दिसायला लागेल आणि आम्हाला खडक उतरून शिकोतरला जाता येईल.

''शिकोतरला खूऽप मज्जा येते'' असं जानकी मधून मधून येऊन मला सांगते आणि पाणी किती उतरलंय ते बघून परत खेळायला निघून जाते. तिच्या 'खूऽप मज्जा येते' च्या पाढ्याने माझा थकवा आणि कंटाळा दूर होणार असतो असे नाही, पण तिला मजा येते हे ऐकून मात्र मला मजा वाटते खरी.

तीनेक दिवसांपूर्वी पराशर आणि वीणा मला स्टेशनवर निरोप द्यायला आले होते. सदैव कोलाहल माजलेलाच असतो अशा महानगराचे तसेच एक कोलाहलमय स्टेशन. या जानकीने तर एवढा गोंगाट कदाचित् कधी ऐकलाच नसेल.

दोन दिवसांचा मीटर गेजचा प्रवास, मग तीन तासांचा खडखडणाऱ्या बसचा प्रवास. खाडीच्या पलीकडच्या किनाऱ्यावर उतरलो तेव्हा माझे मन एकटेपणा, निराशा, कंटाळा यांनी जड झालं होतं. या नवख्या आणि मागासलेल्या प्रदेशात मी किती दिवस राहू शकेन? खाडी ओलांडण्यासाठी होडीत बसायला जाता जाता पावलोपावली मला माझं गाव, माझे मित्र, माझी नेहमीची राहणी सरणी, माझं छोटंसं जग आठवत होतं. आपल्या माणसात, ओळखीच्या वातावरणात परत फिरायची इच्छा होत होती. उदास मनानं मी होडीत बसलो आणि या इकडच्या किनाऱ्यावर आलो. बंदरात उघडीनागडी मुलं खेळत होती. माझी बॅग बघून काही नवी वस्तू बघत असतील तशी ती बघत राहिली. दोन-चार कोळी जातीचे लोक शेगडीवर उकळत ठेवलेला चहाचा काळा काढा पीत बसले होते. जरा पुढे

गेल्यावर बंदर खात्याची कचेरी दिसली. माझ्या इथून पुढच्या प्रवासाची व्यवस्था या कचेरीतून होईल असे मला सांगण्यात आले होते.

पत्र्याचा दरवाजा असलेली कचेरी एखाद्या गोदामासारखी दिसत होती. मी आत शिरलो तसा उजव्या हाताला टेबलाच्या मागच्या खुर्चीत बसलेला बंदर-कारकून एकदम उभा राहिला.

"मी घ्यायला आलो असतो साहेब-तुम्ही येणार एवढं माहीत होतं, पण तारीख, वार, काहीच–"

माझ्या अचानक येण्यानं तो घाबरलेला दिसला.

"इस्माइल, साहेबांची बॅग घे." त्यानं सांगितलं आणि खुर्ची माझ्याकडे सरकवत परत म्हणाला, "तारीखच माहिती नव्हती मग काय करायचं?"

"मी कळवून यायला हवं होतं, पण मी एकदमच ठरवलं लवकर निघायचं. म्हटलं नवी जागा आहे, आधी पोचून थोडं इकडे तिकडे बघून माहिती करून घ्यावी, म्हणून लवकर आलो." मी म्हटलं. "लवकर तर नाहीच, उशीरच झाला म्हटलं तर."

इस्माइल आता बोलला. "अबी इस्टेट बंगले जाणे के वास्ते होडी बी नई जडे."

तो ना धड गुजराती ना उर्दू ना हिंदी, काही तिसऱ्याच और भाषेत बोलत होता.

"आखात्रीज (अक्षय्यतृतीया) होऊन आठवडा झाला, आता एक बी खारवा होडी टाकणार नाही समुद्रात."

"का?"

"आता का ते त्यांचं त्यांना माहीत– त्यांचा रिवाज." इस्माइलनं माझ्या अज्ञानाचं उत्तर स्वत:च्या अज्ञानानं दिलं. "आखात्रीज गेली की दरिया बंद. आता थेट श्रावणी पौर्णिमेला नारळ समुद्रात पडतील तेव्हाच उघडायचा."

हे सगळं बोलणं तो कारकून अवघडल्यासारखा ऐकत होता. माझे त्याच्याकडे लक्ष गेले, तसा तो चाचरला, "खरं आहे त्याचं. इस्टेट बंगल्यावर एक तर पटव्याला जाऊन बैलगाडीतून जाता येईल, नाहीतर इथून होडीतून. वारारूप पासून पण बैलगाडीतून जाता येतं."

त्यानं सांगितलं त्यातलं हे बंदर सोडून बाकीच्या जागांची नावंसुद्धा मी कधी ऐकली नव्हती.

"समुद्र तर आता नारळी पौर्णिमेला श्रावणातच उघडेल." तोही परत म्हणाला.

"मग बैलगाडीतनं जाऊ. बंगला कितीसा लांब आहे इथून?"

"लांब आहे, आणि इथं कोणाची गाडी मिळणार?" कारकून काळजीत पडला होता. "मित्याळहून किंवा वारारूपहून कुणाची आणली तर आहे." त्यानं मलाही काळजीत टाकलं.

अरे देवा! या कुठल्या अनोळखी एकांतवासात मी ढकलला जातोय्! एक

एवढंसं आयुष्य मिळतं माणसाला, ते नीटपणी आपल्या माणसांमध्ये राहून जगू द्यावं एवढंही देवाला मंजूर नाही? एकदम मला वाटलं, की इथूनच परत फिरावं. पण दोन वर्ष नोकरीशिवाय रखडल्यावर मुश्किलीनं मिळालेली ही नोकरी सोडून देऊन मी आणखी पुन्हा कुठे नोकरी शोधणार होतो?

तो कारकून मला तऱ्हेतऱ्हेची आश्वासनं देत होता. एकाएकी येऊन थडकलेल्या ह्या पाहुण्यांना 'इस्टेट बंगल्यावर पोचवावे' अशा सूचना त्याच्या वरिष्ठांनी पाठवल्या होत्या, पण हा बिचारा मला पोचवायची काय व्यवस्था करू शकेल याचा विचार कोणी केला नव्हता.

समुद्र उघडतो, समुद्र बंद होतो अशा वाक्यप्रयोगांची मला मजा वाटली होती, पण या नव्या काळजीपायी हसू पण हरवले होते. "आता?" मी म्हटलं.

"काही हरकत नाही, करू काहीतरी व्यवस्था." कारकून म्हणाला.

'काहीतरी' म्हणजे नक्की काय ते कळत नव्हतं, पण मी एवढे मात्र समजून चुकलो होतो, की तो बिचारा माझ्या पुढील प्रवासाची काहीही व्यवस्था करू शकत नव्हता. रात्रीपुरती माझी राहण्याची सोय करणंही त्याला अवघड जाणार होतं. म्हणायचं म्हणून म्हणाला, "असं करू या, आज रात्री तुम्ही रहा आमच्या घरी." पण परत तोच लगेचच बोलला, "–पण– आमच्याकडे कसं जमेल तुम्हाला–?"

मी काही त्याचा पाहुणा नव्हतोच खरं म्हणजे, तसंच पाहिलं तर त्याच्यावर येऊन पडलेलं संकट मात्र होतो! "घरी राहायचं राहू दे हो, इथे कुठे रेस्ट हाउस आहे का?" मला उत्तर द्यायच्या ऐवजी त्यानं इस्माइलकडे पाहिलं अन् तोही लगेचच आपल्या छोट्या साहेबांच्या मदतीला धावला.

"वो दांडीका क्वार्टर खाली पडा है।"

आणखी थोडी चर्चा करून दोघांनी मग ठरवलं की इस्टेट बंगल्यावर जायची व्यवस्था होईपर्यंत मला राहण्यासाठी दिवादांडीच्या क्वार्टरमध्ये जागा द्यायची आणि कारकुनाची बायको जे जेवण बनवेल ते इस्माइल मला आणून देईल. पण मग मी जेव्हा निक्षून सांगितलं की माझ्याकडे अजून दोन दिवस पुरेल एवढे खाण्याचे पदार्थ आहेत. तेव्हा दोघांनाही– त्याला न् मला– सुटल्यासारखं वाटलं.

क्वार्टरची चावी आणि माझं सामान घेऊन इस्माइल पुढे निघाला. बंदराचा भाग संपला की थोडी दुकानं, लाकडांच्या आणि मंगलोरी कौलांच्या वखारी, मग कब्रस्तान. तिथून बैलगाडीचा कच्चा रस्ता सरळ दिवादांडीपर्यंत जाताना दिसत होता. इस्माइल घाईनं पुढे गेला, मी हळू हळू जात होतो. एका बाजूला समुद्र आणि दुसऱ्या बाजूला छोटी छोटी शेतं, मधून जाणारा हा लहानसा रस्ता. दर शेताच्या चारी बाजूंनी भुरकट रंगाचे चौकोनी ओबडधोबड कापलेले दगड एकावर एक रचून कुंपणं केलेली, त्यातच मधे बांबूच्या पट्ट्यांचं बनवलेलं लहानसं कवाड. माझ्या

गावाकडची प्रचंड मोठी शेतं आणि त्यातली वैभवशाली 'फार्महाउसेस' आठवली. हे सारं हजारो वर्षं जुनं वाटलं.

एका शेतापाशी मी थबकलो न् आत पाहिलं. उजव्या हाताला खडक खोदून केलेली विहीर. बांबूच्या झडप्याच्या समोरच दोन लहान नारळींच्यामध्ये एक झोपडी आणि झोपडीच्या अंगणात बसलेली आठ-दहा वर्षांची एक मुलगी शेजारी ठेवलेल्या झोळीच्या पाळण्याची दोरी ओढत बसली होती. एकदम अनोळखी मला बघून कदाचित् ती घाबरेल म्हणून मी जरा घुटमळत होतो, पण काहीच झालं नसेल इतक्या शांतपणे ती झोका देत राहिली. कवाड उघडून मी आत गेलो, तरीही माझ्या अशा न विचारता आत येण्याची तिनं दखल पण घेतली नाही!

मला माझ्या गावाबाहेरच्या त्या मोठाल्या शेतवाड्या आठवल्या. इतक्या वर्षांत एकाही वाडीमध्ये इतक्या सहज मी आत प्रवेश केलेला नाही. आजच्या शहरी सभ्यतेत ते अशक्यच होतं. मी थेट विहिरीकडे गेलो. बादली आणि दोर जवळ पडलेलाच होता. तो घेण्याआधी शेवटी मलाच अवघड वाटायला लागले म्हणून मी विचारलंच, "मुली, तुझी ही बादली जरा घेऊ का ग?" अत्यंत नवल वाटलेल्या चेहेऱ्यानं तिने माझ्याकडे बघितलं. झोळीतल्या बाळानेही डोके वर काढून एकदा माझ्याकडे पाहिलं आणि निश्चिंतपणे परत आत सरकून ते झोपून गेलं. आणि विश्वास बसणार नाही असे शब्द माझ्या कानी आले–

"होऽ घेना, त्यात काय? इथे कोणी तुला कशाला नको म्हणणार नाही."

त्या खेड्यातल्या शेतकऱ्याच्या त्या एवढ्याशा मुलीच्या एकारान्त भाषेने एका झपाट्यात माझ्या आयुष्याची कित्येक वर्षं मागे ढकलली. माझा हुद्दा, माझ्या पदव्या, माझे शिक्षण, संस्कार, सगळ्यांच्यातनं सरकत सरकत मी जणू त्या झोळीत झोपलेल्या बाळासारखा होऊन गेलो. आयुष्यात कदाचित् प्रथमच दडपण नसलेल्या अवस्थेचा मला अनुभव झाल्यासारखं वाटलं आणि माझी चेतना जणू निर्बंध मुक्त होऊन वाडीतल्या झाडांच्या पाना-पानांमधून बागडू लागली. "अग पोरी! आहेस तरी कोण तू? या निर्जन शांत ठिकाणी राहाणाऱ्या एका गरीब, खेडवळ, मागासलेल्या शेतकऱ्याची मुलगी? का साऱ्या विश्वाला आपल्या प्रेमळ पदराखाली खऱ्या खऱ्या मुक्तीचा अनुभव देणारी जगत्‌जननी?" काही क्षण मी विचारात बुडून तिथे उभा राहिलो. तेवढ्यात पलीकडेच अर्ध्या उघड्या अंगानं शेतात काम करत असलेला शेतकरी काम सोडून माझ्याकडे आला.

"जानकी, तुझ्या आईला घेऊन ये बोलावून." असे त्या मुलीला सांगता सांगता त्यानं विहिरीचं बादलीभर पाणी काढून मला दिलं. पाण्याचा स्पर्श किंवा नुसतं दर्शनसुद्धा नेहमीच किती आल्हादकारक असतं, पण त्या दिवशी त्या विहिरीच्या पाण्याच्या स्पर्शानं जो अतिशय आनंद अनुभवला तसा आनंद नळाच्या

पाण्यानं मला कधीही मिळाला नाही. तसं पाहिलं तर पाणी तर पाणीच असतं दोन्हीकडे, पण मग त्यात काय वेगवेगळी तत्त्व असतील की ज्यांच्यामुळे हा असा फरक जाणवावा?

"कुठं राहता?" शेतकऱ्यानं विचारलं.

"दुरून आलो. आजची रात्र दिवादांडीच्या क्वार्टरवर राहीन, मग इस्टेट बंगल्यावर जायचं आहे." मी सांगितलं.

"तिथं दिवादांडीवर राहण्यासारखं कुठाय?" दोन्ही हात कमरेवर देऊन दिवादांडीकडे बघता बघता तो म्हणाला. मी काही विचारणार किंवा बोलणार तेवढ्यात इस्माइल दार उघडून आत आला.

"तिकडं तर राहण्याजोगं नाहीच आहे. वापस बंदरपे जाणा पडेगा. सबंध क्वार्टरभर कबुतरांनी घरटी करून ठेवलीयत." तो त्याच्या विचित्र भाषेत सांगू लागला.

"घ्या! आता बोलतोयस होय रे? अरे, दोन दिवस आधी बोलला असतास तर? ही माझी जानकी न् वालबाई गेल्या असत्या की क्वार्टरवर अन् करून टाकलं असतं साफ." तोंडावरनं हात फिरवत तो हसून म्हणाला, "मागल्या खेपेचा साह्यब आला व्हता तवा बी याच दोगींनी समदं धुतलं व्हतं नव्हं?"

"तो इणको क्वाटरमे रहणेकाच नही, इणकू तो अस्टेट बंगले पोचानेका ओडर है."

चर्चा एवढ्यावर आली तेवढ्यात जानकी आणि तिची आई येऊन पोचल्या. त्या बाईनं दोन्ही हात माझ्या कपाळाच्या दिशेनं लांबवून मग आपल्या कानशिलांवर दाबून बोटं मोडली. इकडच्या खेड्यातली ही प्रथा मला ठाऊक होती. लहान होतो तेव्हा मामी असंच करायची आणि मी विचारले की म्हणायची, "तुझ्यावर काही दुःख ओढवणार असलं तर ते तुझ्याऐवजी माझ्यावर येऊ दे, म्हणून असं करायचं." तेव्हा माझ्या बालमनाला ह्याचा खूप गर्व वाटायचा, (मामी आपलं दुःख घ्यायला तयार आहे ह्याचा) पण आज मात्र फार नवल वाटलं. कोणीतरी ओळख करून देईपर्यंत एकमेकांशी संभाषणसुद्धा न करणाऱ्या माणसांच्या संस्कृतीत वाढलेल्या मला या प्रश्नाचं उत्तर कधी सापडणार नाही, की एक संपूर्ण अनोळखी स्त्री, एका अनोळखी माणसाची दुःखं स्वतःवर येऊ देत अशी इच्छा व्यक्त करणारी ही क्रिया का करते?

"अरे ए इस्मालिया, तू ठीव ते सामान तकडं."

"अरे! इणको अस्टेट बंगले भेजनेका ओडर–"

त्याचं बोलून संपायच्या आधीच जानकीची आई म्हणाली, "ते भेजणेकाचं मी बघून घेईन. आणि एवढा हा एकजण इथं राहिला म्हणून वालबाईला बाजरी कमी नाही पडणारय्! तू नीघ आपला." बोलता बोलता वालबाईनं खरोखरच इस्माइलच्या

हातातून बॅग घेऊन खाली ठेवून दिली. अन् मग माझ्याकडे वळून म्हणाली, "तू कशाला अवघडतो आहेस? इथे काही कमी नाही. हे सगळं आवार पडलंय्, तुला राहायचं तेवढे दिवस रहा."

मला राहायला सांगताना वालबाईनं कोणाचीही-खुद्द तिच्या नवऱ्याचीसुद्धा-परवानगी घेतली नाही, ह्याचं मला जरा आश्चर्य वाटलं पण ती आपल्याच नादात होती. "दुपारी तुला बंदरावर पाहिला होता. तुला दिवादांडीवर राहायला पाठवलेनी, त्यांना लाजा नाही वाटत? त्यांची घरं काय पडली की काय साऱ्यांची? पण ही सरकारी माणसं अशी उगीच कुणाला तरी सतावतात म्हणून ही वालबाई काय नुसती बघत नाही बसणारे." बोलता बोलता ती पाळण्याजवळ गेली आणि बाळाला उचलून घेऊन नारळीखाली जाऊन बुंध्याला टेकून बसली. मग पुन्हा मला म्हणाली, "तू आपला रहा हं तुला राहायचं असेल तेवढं."

"उद्या तर गेलंच पाहिजे." मी बोलून गेलो आणि मग माझ्या लक्षात आलं की माझ्याही नकळतच मी इथे आज राहायचं ठरवूनही टाकलं होतं!

"चल ग जानकी, याला पाणी काढून दे आंघोळीला, आणि, आंघोळ झाली की शिकोतरीला घेऊन जा." एवढं सांगून वालबाई कामाला लागली. मी विहिरीवर बसून मनसोक्त आंघोळ केली, कपडे पिळून टाकले आणि मग जानकीबरोबर दिवादांडीकडे निघालो.

"तू शाळेत जातेस का ग?" मी जानकीला विचारलं.

"तर? नाही?" उड्या मारत गात गात ती पुढे पळू लागली.

"अगं थांब, तू पुढे निघून गेलीस तर मला रस्ता कसा सापडेल?"

ती थांबली अन् म्हणाली, "तीऽऽ दिसतेय् ती दिवादांडी, तिथेच तर शिकोतर मातेचं मंदिर, न सापडायला काय झालं?"

"अगं, पण मला कुठे माहिती आहे इथली?" जानकीनं काही उत्तर दिलं नाही. ती समुद्राकडे बघण्यात गुंग होती.

"तुझ्या भावालाही आणलं असतं बरोबर, तर?"

"हँ, त्याला उचलून कोण घेणार?" हात नाचवत जानकीनं विचारलं.

"का? थोडावेळ तू घ्यायचं, तू दमलीस की मी घेतलं असतं."

"तो काय तुझ्याकडे राह्यला असता होय? रडायला लागला म्हणजे परत सोडून यायला जावं लागणार."

जानकीची अन् माझी जुनी ओळख असावी तितक्या सहजतेनं ती माझ्याशी बोलत होती. तिचा भाऊ तिचा खूप लाडका तर आहे, पण त्याला कडेवर घेऊन हिंडणं किंवा झोका देत बसणं हे काही तिचं फार आवडतं काम नसावं! बोलत बोलत आम्ही दिवादांडीला पोचलो. तेव्हाचा हा मी इथे बसलोय् अन् भरती

उतरायची वाट पाहतोय.

"हं चल, आता जाता येईल पलीकडे." जानकी माझ्याजवळ येऊन म्हणाली.

इथल्या माणसांच्या बोलण्याला एक खास आगळा अन् कानाला, मनाला गोड वाटणारा हेल असतो आणि प्रत्येक वाक्याची सुरुवात ती "घ्या", "तर मग", "मग आता" अशा अर्थाच्या शब्दांनी करतात, त्यामुळं असेल, त्यांचं बोलणं जास्त निखालस, मनापासूनचं वाटतं. मी उठून उभा होईतो जानकी खडकांवरनं उड्या मारत उतरू पण लागली. खाली पोचल्यावर तिथून मोठ्यानं सांगू लागली, "घोट्याइतकं पाणी आहे, भीती वाटेल का तुला? भीती वाटली तर माझा हात पकड."

मनात आलं, नाही ग पोरी, नाही भीती वाटत, तू घेऊन जाणार आहेस मला, हात पकडून रस्ता दाखवणारेस, मग मला या दरियाची काय भीती? तिला म्हटलं, "भीती नाही वाटणार, पण तुझ्या एवढं झपाझप नाही हं जाता येणार मला, जरा सावकाश चाल."

"हंऽ, तेही बरोबरच न?" एखाद्या मोठ्या माणसासारखं ती बोलली. "समुद्रात चालायची सवय नसली की तसंच होणार!"

"हो बाबा, तू तर रोज इथे येणारी, मी तर आज पहिल्यांदा आलोय–"

"रोज कुठलं आलंय, शेतावर किती काम असतं ठाऊकाय्?"

या निकस जमिनीतून मोठ्या कष्टानं कसंबसं काहीतरी पीक मिळवणाऱ्या शेतकऱ्यांच्या स्थितीचा विचार मग माझ्या मनात आला. अथांग मेहेनत केल्यावरही किती न् कसल्या प्रतीचं धान्य हाती येईल याचा अंदाजसुद्धा करू न शकणारा इथला शेतकरी कुठल्या आंतरिक बळावर एका अनोळखी परक्या माणसाचं इतकं मनापासून, शांतपणे स्वागत करत असेल? माझ्या शहराकडे सधन शेतकरी, भरपूर पाण्यानं भरून वाहणारे कालवे असताना, आणि प्रयोगशाळांमधून प्रमाणित करून दिलेल्या धान्याच्या बीजांमधून पक्के अंदाज बांधून काढलेली मुबलक पिकं निघत असतानाही; 'शेतीत काऽऽही मिळत नाही' म्हणून कुरकूर करताना मी ऐकले आहेत. अति पैसा माणसाला आणखीच लोभी बनवतो आणि पैशाचा अभावच असलेली माणसं मनानं उदार असतात हा कसा विरोधाभास?

शिकोतरला पोचेपर्यंत जानकीनं माझा हात पकडून ठेवला. वर पोचलो तशी मंदिराच्या बंद असलेल्या जाळीच्या दरवाज्यासमोर इकडच्या पद्धतीनं गुडघे टेकून मग जमिनीवर डोकं टेकलं. मग ती इकडे तिकडे खेळत राहिली. सूर्य अस्ताचलाकडे पोचेतो आम्ही तिथं बसलो आणि मग मावळत्या संध्याकाळी परत फिरलो.

त्या रात्री वालबाई नावाची ती अनोळखी, गरीब शेतकरीण चांदण्याच्या उजेडात मला जेवायला वाढत होती. या अनोळखी माणसाला तू कोण, कुठला विचारायचीही गरज तिला भासली नाही. आपण कोणाला आणि का अन्न देत आहोत हे जाणून

घ्यायचीही जरूर न वाटणाऱ्या हे अन्नपूर्णे, माझ्या सुसंस्कृत दुनियेपासून इतक्या दूर, या अपरिचित विजनवासी समुद्रतटावरच्या या तुझ्या झोपडीच्या अंगणात बसून हे जे अन्न आज मला मिळालं, ते का? काय संबंध तुझा माझा?

रात्री त्या शेतकऱ्याच्या कुटुंबात मी राहिलो. खुल्या आकाशाखाली काथ्याच्या खाटेवर पडल्या पडल्या मी विचार करत होतो. दोन-तीन दिवसांपूर्वी तर मी माझ्या परिचित वातावरणात माझ्या आप्तेष्टांबरोबर होतो. आज या अगदी नवख्या जागेची ओळख झाली. एका संध्याकाळच्या या ओळखीत असं काही अनुभवलं जे माझ्या आयुष्याचा न विसरणारा भाग बनून गेलं. छोटी जानकी माझी जणू खूप वर्षांच्या ओळखीची वाटू लागली! उद्या मी इथून पुढे जाईन, पुन्हा कधी या सगळ्यांना भेटेन की नाही तेही ठाऊक नाही. जानकी, वालबाई अन् तिचा नवरा यांचा निरोप घेताना मला वाईट वाटेल का? वाईट कदाचित् नाही वाटणार पण उदास नक्की वाटेल. असं का होतं? एवढ्याशा ओळखीत एवढी जवळीक वाटणं हे माझ्या नागरी संस्कृतीत बसतच नाही, माझ्या संवर्धनात अशा वाटण्याला जागाच नव्हती, मग या इवल्या दुनियेबद्दल मला का एवढी जवळीक वाटतेय्?

"इथे तुला कोणी 'नाही' म्हणणार नाही." जानकीचे ते शब्द मला परत परत आठवतात. त्या छोट्याशा वाक्यानं त्या छोट्याशा मुलीचं सर्वव्यापी स्वरूप दाखवलं होतं. तिचं, तिचं स्वतःचं, तिचा खास अधिकार असलेलं तिचं जग अन् त्या जगाची ती मालकीण. कोणाची भीड, भीती नसलेली, मुक्त, निर्बंध, खुल्या नभाखाली, या सदाच निर्बंध असलेल्या अथांग समुद्राच्या सहवासात वाढणारी, नारळींच्या पानांवर पसरणाऱ्या या चांदण्यासारखी, झुळझुळ वाहणाऱ्या या वाऱ्यासारखी ही मुक्त बालिका? पोरी, तुझ्या या राज्यात कुणाला कशासाठी 'नाही' म्हणायची वेळ कधीही न येवो!

चंद्र हळूहळू वर आला. समुद्राचा मंद आवाज हळूहळू खूप जोरात येऊ लागला. शिकोतरच्या त्या इवल्याशा वाटेवर संध्याकाळी उमटलेली आमची पावलं भरतीच्या लाटांखाली पुसली गेली असतील त्यांचा विचार करता करता झोप कधी लागली, ते कळलंच नाही.

पहाटे जागा झालो तो ओहोटी लागली होती. नारळीच्या पानांवर दंव पडलं होतं. सूर्योदय होईल तेव्हा दंवबिंदू सोन्यामोत्यांसारखे चमकतील. मी उठून विहिरीवर गेलो, बादली भरून घेतली, तोंड धुतले अन् फिरून यायला बाहेर पडलो. शेताच्या दगडावर दगड रचून केलेल्या भिंती पण दमट झाल्या आहेत. हवेत एक अनोळखी पण मधुर सुगंध जाणवतो आहे. दिवादांडीच्या रस्त्याने जायच्या ऐवजी मी शेताच्या मागच्या बाजूला असलेल्या समुद्रकिनाऱ्याकडे गेलो. दरियाकाठच्या खडकांवर बसून मागे मागे सरणारा समुद्र बघत बसलो. उगवत्या सूर्याची किनार दरियापलीकडच्या

क्षितिजावर दिसू लागली तसा माघारी फिरलो.

शेतावर परत पोचलो तोवर वालबाईची चूल पेटवण्याची खटपट सुरू झाली होती.

"हा सबूरिया अस्टेट बंगल्याच्या बाजूला जायचाय, तुला त्याच्याबरोबर जायचं असंल तर घिवून जाईल." चहा ओतलेली पितळेची थाळी माझ्याकडे सरकवता सरकवता वालबाईने मला सांगितले. काळ्या वर्णाचा, विस्कटलेल्या केसांचा गुंता झालेला पंचवीस एक वर्षांचा पोरगा विहिरीजवळच्या दगडावर बसला होता. त्याच्याकडे हात करत ती पुढे सांगती झाली "काल सांजधरनं ह्यो गावात हुता. मला ठावूक पडलं तशी बोलावून आणलं."

सबूरकडे बघत मी विचारले, "कसं जायचं आहे? बैलगाडीतनं की होडीतनं?"

काही उत्तर न देता सबूर ठोकळ्यासारखा बसून राहिला. वालबाईला खळखळून हसू आले. "अरे, हितं आमच्याकडं होड्या कुठल्या न् गाड्या कुठल्या?" मी तिच्याकडे बघत राहिलो.

"हा तर सटे न् सटे चालत निघणार, तो सांजच्याला पोचणार तुज्या बंगल्यावर. तुजं सामान उचलंल हा. तुला जायचं तर जा याच्याबरूबर, आन् वाट बघायची असंल मछ्वाची तर ऱ्हा इथं मछ्वा मिळस्तवर."

मछ्वाची किंवा बैलगाडीची वाट बघत बसणं किंवा त्यासाठी स्वत: तपास करणं मला जमणार नव्हतं. तेव्हा आता जसं म्हणून लवकर बंगल्यावर पोचता येईल, तसं जायला मी तयार होतो. अजून मनाशी काही निर्णय करून मी बोलणार तेवढ्यात सबूर बोलला, "यायचं असंल तर लवकर तयारी कर."

पुन्हा एकदा मी उत्तर देणार त्याच्या आधी वालबाई बोलली "असा कसा लवकर तयार हुईल? आंगुळ आटपून वाइच खाऊन मंग निगा."

ज्वारीच्या गरम भाकऱ्या आणि हिरव्या मिरच्यांची न्याहरी वालबाईने आम्हा सगळ्यांना दिली. जानकी, तिचा बाप, सबूर सगळी मजेत खात होती. मला मात्र प्रत्येक घास पाण्याच्या घोटाबरोबर गिळावा लागत होता! सुमारे तासाभरात मी जानकीच्या घरून निघालो. जसा आलो होतो तसाच काहीही औपचारिकता न पाळता मी चालू लागलो. माझी बॅग अन् वळकटी उचलून सबूरने पाठीवर बांधून घेतले आणि आम्ही बंदराच्या रस्त्याकडे चालू लागलो. कवाडाच्या खांबावर हनुवटी टेकून आमच्याकडे बघत जानकी उभी होती.

बंदरावर अजून सगळं सामसूम होतं. दोन छोट्या होड्या धक्क्यावर लावलेल्या होत्या. त्यातल्या एका होडीत सबूर बसला, त्याच्या मागोमाग मीही. नावाडी चहाचा काळा काढा पीत बसला होता, तो संपवून आला आणि त्यानं आम्हाला खाडीच्या दुसऱ्या बाजूला पोचवलं. त्याचं भाडं चुकतं करून आम्ही रेती तुडवत चालू लागलो.

"वालबाई काहीतरी म्हणत होती की तू सटे न् सटे चालशील. माझ्यानं फार भराभर चालणं नाही होणार." मी म्हणालो. सटे न् सटे म्हणजे भराभरा असे मी समजत होतो.

"हो न, मग, सटे न् सटेच चाललं पाहिजे. वरची वाट खूप लांब पडेल. सटे सटे गेलं की वाट शोधायलाही नको, समुद्र वाट दाखवतोय. त्याच्या सटे सटे चालत राहिलं, की बंगल्यावर लवकर पोचू."

बोलता बोलता तो समुद्राच्या अगदी लगतच्या ओल्या रेतीवरनं चालू लागला. सटे न् सटे म्हणजे समुद्राच्या कडेकडेचा ओल्या रेतीचा रस्ता, हे आता समजलं! मीही त्याच्यामागे ओल्या रेतीवर पोचलो. मग बूट काढून टाकले, बुटांच्या दोऱ्या एकमेकांना बांधून ते खांद्यावर टाकले अन् मजेत अनवाणी चालू लागलो.

समुद्र किनाऱ्यावरचा असा शांत एकांत मी कधी अनुभवला नव्हता. एखाद्या शहराच्या बाहेर किंवा तिथल्या उंच इमारतीच्या गच्चीवरून मी समुद्र पाहिला होता. कधीमधी अशा शहरांच्या गजबजलेल्या समुद्रकिनारी फिरायला गेलो असेन. पण आज या सामसुम सागरतीरावर मी न् सबूर दोघेच मुकाट्याने चालतोय, अशा निःशब्द एकान्ताचा मात्र मी कधी अनुभव घेतलेलाच नाही. समुद्र त्याच्या लाटांनी मला स्पर्श करतोय, हवेतल्या दमट ओलसरपणाच्या रूपानं येऊन माझ्या चेहेऱ्यावर पसरतोय, त्याचा खारट सुगंधी वास माझ्या मनाला प्रफुल्लित करतोय. हळूहळू सूर्य वर येतोय पण मे महिन्यातही अजून त्याची धग जाणवत नाहीये; कारण समुद्रावरनं येणारा थंड वारा उन्हाची झळ कमी करायला मदत करतोय.

मऊ रेती संपून खडकाळ भाग सुरू झाला, तेव्हा मी बूट परत पायात घातले. अणकुचीदार टोकं बाहेर निघालेल्या खडकांवरून चालणे अवघड जात होते. ओल किंवा शेवाळ्यामुळे कुठे पाय घसरून पडलो तर चांगलेच लागणार. सबूर तर आरामात चालतोय, मला मात्र सांभाळून पावले टाकावी लागतायत्.

अगदी अनोळखी माणसाशीही परिचित मित्रासारखे वागणाऱ्या आणि खूप गप्पागोष्टी करणाऱ्या इथल्या लोकांच्यातलाच सबूर एक, पण अजून तो माझ्याशी काहीही बोलला नाही ह्याचं मला नवल वाटलं. अगदीच कामापुरतं काही बोललाच तरी एखादंच वाक्य. त्याला बोलता करायला मी म्हटले, "सबूर, गप्प गप्प चाललायस रे? काहीतरी बोल ना, वाट लवकर संपेल."

"काय बोलू?"

"काहीही! तुझ्या घराबद्दल, तुझ्या आई-वडिलांबद्दल." अचानक सबूर चालायचा थांबला. मी त्याच्याजवळ जाऊन पोचेस्तो एका जागी गप्प उभा राहिला. मी जवळ पोचलो तशी बर्फासारख्या गोठलेल्या आवाजात म्हणाला, "आईवडील तर गेले-सुटले!"

"अरेरे!" मला जरा अवघडल्यासारखं झालं, नि वाईटही वाटलं. "कशानं रे?"

"मागच्या दुष्काळात दोघंही दुष्काळी कामावर गेली होती. आई तिकडनं परतच आली नाही. वडील घरी आले अन् वारले."

काय बोलावे ते मला समजेना. गप्पच राहून मी सबूरच्या खांद्यावर हात ठेवला. त्याला नको ते नेमकं विचारल्यासारखं मला अवघड वाटायला लागलं आणि मग सांत्वनाचे ठरलेले पोकळ शब्द मी बोललो, "अरे, आपल्या हातात थोडंच असतं?" जसे काही कालच त्याचे आईवडील गेले होते!

सबूरचं मन भरून आलं होतं. समुद्राकडे लावलेली नजर त्यानं माझ्याकडे वळवली. दोन-चार क्षण तसेच गेले, न् मग एखादा दगड जोरात भिरकवावा तसा एकदम म्हणाला, "रिकाम्या पोटी माणसं जगणार कशी?" उंच इमारतीच्या गच्चीवरनं खाली आपटल्यासारखं वाटलं मला. मेंदू सुन्न झाला. या एकाकी पोराच्या आईबापांचे भुकेने तळमळून झालेले मृत्यू त्याच्या डोळ्यासमोरून हलत नसतील. तो बोलका का नाही याचं कारण थोडंफार मला समजलं. मी इथं राहिलो तर त्याचं दुःख त्याला विसरायला लावायचा जरूर प्रयत्न करेन. आत्ताच्या घडीला मात्र मीच त्याला त्या दुःखद आठवणींमध्ये ढकललाय.

"कुठे राहतोस तू?" मला वाटलं विषय बदलला तर त्याला बरं वाटेल.

"आमच्यासारख्या मजुराचं एका जागी राहणं कुठलं? जिथं काम मिळेल तिथं जायचं."

"तू शेती का नाही करत?" मी आणखी एक खुळा प्रश्न विचारला.

"शेतकरी असतो तर उपाशी मेलो असतो? जमीन तर आई. कितीही दुष्काळ पडला, तरी स्वतःची जमीन असली तर काहीतरी तरी मिळतं खायला. पण ज्यांची जमीन नाही त्यांनी कुठं जायचं? आई नसलेल्या मुलासारखं त्यांचं आयुष्य." खूप वेळ बोलल्यासारखा तो थकला. "आताशा बंगल्याजवळच्या भागात मोठ्या बंदराजवळ खाणीतून दगड काढायचं काम मिळालंय. वालबाईच्या शेताच्या भिंती पाहिल्यात ना, तसे दगड."

सूर्य डोक्यावर येईपर्यंत माझी चालायची ताकद खलास झाली होती. "माझ्याच्यानं आणखी नाही चालवणार आता." असे मी म्हणणार तेवढ्यात सबूर किनाऱ्याजवळच्या खडकांमध्ये एका ठिकाणी थांबला आणि त्याने सामान खाली उतरवले. मीही हळूहळू चालत तिथपर्यंत पोचलो. बघतो तर लाटांचा मार बसून बसून खडकांमध्ये एके ठिकाणी खड्डा पडून खोदून काढावी तशी तयार झालेली एक मोठी गुहाच तिथे झाली होती. जमिनीवर सारी रेती पसरलेली. सबूर सामान ठेवून कुठेसा गेला होता. बॅग उघडण्याचीही तसदी न घेता मी गुहेतल्या थंड रेतीवर आडवा झालो. समुद्राचे मंद संगीत आणि रेतीचा ओलसर स्पर्श सुखावत होता.

सबूर परत आला तो हातात नारळीची सुकी झावळं आणि इतर काड्याकुड्या

अशी लहानशी मोळी घेऊन. ती खाली टाकून त्याने आपले मळके गाठोडे उलगडले. त्या एवढ्याशा गाठोड्यात त्याच्या गरजेच्या साऱ्या वस्तू होत्या. ॲल्युमिनियमचे छोटेसे पातेले, पिठाची पुरचुंडी, तांदुळासारखे काही धान्य, चहा-साखरेच्या पुड्या, तंबाखू आणि काड्यापेट्या. तीन दगड मांडून त्यानं चूल पेटवली. पातेल्यातच पीठ भिजवून त्याचा एक जाडजूड रोठ बनवला आणि तवा नव्हताच– तसाच विस्तवावर शेकायला ठेवला.

"तुला खायाचं न्हाय?" त्याने विचारले.

त्याने खाणे अशा अर्थी वापरलेला 'रोंढो' शब्द परिचित नसल्याने मला समजायला जरा वेळ लागला, की तो मला जेवणाबद्दल विचारतोय. "खाऊया ना, तू वेगळं उगीच केलंस, माझ्याबरोबरच खाल्लं असतंस." मला पश्चात् बुद्धी सुचली! उठून मी बॅग उघडली आणि वेफर्स, गाठिया, चिवडा, बिस्कीटे आणि वीणाने दिलेली मिठाई, सारे बाहेर काढले. सबूरने माझ्याकडे पाहिले पण नाही. तो आपली भाकरी भाजत होता. मी खूप आग्रह केला तेव्हा सबूरने माझ्यातली थोडी मिठाई न् बिस्किटे घेतली. इतके भयानक दारिद्र्य असताना, उपासमार होत असताना ही माणसे असा स्वाभिमान कसा टिकवून ठेवत असतील?

"आता फार लांब नाही राहिलं. हे जरा पोटात अन्न गेलं की चालायची ताकद येईल परत." सबूर जेवता जेवता बोलला. पण तेवढी ताकद यायला मला मात्र तासभर झोप काढावी लागली. सबूरने मला उठवले तेव्हा दोन अडीच वाजायचा सुमार होता. भरतीचे पाणी गुहेच्या अगदी जवळ येऊन पोचले होते. आता जास्त वेळ इथे थांबणे शक्य नव्हते.

"चल ऊठ, लवकर चल. झरा गेला पाण्याखाली तर मग प्यायला पाणी नाही मिळणार" तो म्हणाला अन् मी उभा राहिलो. समुद्र अगदी जवळ येऊन ठेपला होता. खडकांच्या जवळून जेमतेम चालता येईल एवढीच जागा शिल्लक होती. पाणी आणखी वर आले असते तर वरच्या रस्त्यावर जावे लागले असते. जरा पुढे गेलो तिथे एका खड्ड्यापाशी सबूर थांबला. "तुझं मडकं दे, पाणी भरून आणतो." म्हणत त्यानं माझी वॉटर बॅग घेतली अन् त्या खडकांच्यामध्ये खड्ड्याच्या तळाशी उपसून काढलेल्या गोल झऱ्यामधनं त्यात पाणी भरले. "पहिल्यांदा तू पिऊन घे." मला वॉटरबॅग देत तो म्हणाला.

"हे? समुद्राचं पाणी?"

"आधी पी न् मग बोल. लवकर, नाहीतर दरिया इथवर येऊन पोचेल." एव्हाना दरिया त्या खड्ड्यापासून एखाद्या मीटर अंतरावरच होता. मी जरा बेतानेच बाटली तोंडाला लावली अन् मग घटाघटा एका दमात रिकामी केली! समुद्राच्या इतक्या जवळ इतकं गोड पाणी असू शकते हा अनुभव स्वत: घेतल्याखेरीज

विश्वास बसणे शक्य नाही. ते शहाळ्याच्या पाण्यासारखे गोड पाणी पिता पिता मग मनात ठरवले, की या अद्भुत आश्चर्याबद्दल वीणा न् पराशरला लिहिलेच पाहिजे.

तिथून मग खडकांपलीकडच्या वरच्या बाजूच्या रस्त्यावरनं आम्ही चालू लागलो. आतापर्यंत पायाशी येऊन खेळणारं पाणी आता पंचवीस-तीस फूट खोल खाली खडकांवर आपटून वर आमच्या अंगावर शिंतोडे उडवून भिजवत होतं. भरती चढत होती तसा थंड वाराही वाहू लागला होता.

"सबूर, बंगल्यावर तरी नीट काही व्यवस्था आहे, का असंच?" मी विचारले.

"तिथं तर काही अडचण नाही येणार, समदं हाये तिथं."

"काही स्टाफ आहे?" मग वाटले स्टाफ याला समजणार नाही– "माणसं आहेत का तिथं कामाला?"

"चौकीदार आहे-सर्वण."

"आणखी कोणी?"

"अंहं, आणखी कोणी नाही."

माझी नेमणूक झाली तेव्हाच मला सांगण्यात आले तर होतेच, की सध्या आणखी स्टाफ नेमण्यात येणार नाही. पण 'इस्टेट बंगला' असे भव्य नाव असलेली जागा निर्जन असेल, हेही खरे वाटत नव्हते. एकाएकी मग मला वाटले की अशा या उजाड प्रदेशात, अशा निर्जन ठिकाणी राहायची ही शिक्षा स्वीकारण्यात मी मूर्खपणा केला आहे. सर्वण नावाचा चौकीदार म्हणे! या सबूरिया सारखाच गावंढळ अशिक्षित माणूस असेल कोणीतरी. तो माझा एकमात्र साथीदार! सर्व सत्ता हाती असलेल्या इंजिनियरने कारकुनाची कामे पण स्वतःच करायची? आणि तेही पगाराच्या त्या तेवढ्या पैशांसाठी? असली विपरीत बुद्धी मला झालीच कशी? पराशरही तसलाच.

"अरे, नवा अनुभव, स्वतंत्र काम, जा ना यार, सुरू तर कर." म्हणून मला इकडे ढकललंन्!

"जवळपास एखादं गाव आहे की नाही?"

"खेरा आहे ना. हे वाळवंट उतरलं की खाली त्या तिकडं. पटवा आलं आतल्या बाजूला. इथनं आठ गाऊ (एक गाऊ सुमारे अडीच किलोमीटर) आन् पलीकडच्या बाजूला थेट मोठ्या बंदरापर्यंत दुसरं गाव न्हाय भेटत."

"दुसरी काही वस्ती?"

"शेतावर राहाणारी माणसं भेटतात पण तीही जरा लांबच, आणि ती तुझ्याशी बोलणार न्हाईत."

हं! जसा काही मी वाघबीघ आहे! हे मुके खडक, कोरडी रेताळ जमीन, अखंड उसळ्या मारणारा हा समुद्र– कसा जायचा माझा वेळ? अशा या एकांतात

घुसमटत मी किती दिवस तग धरून राहीन? इथलं माझं काम संपेपर्यंत माझा पण सबूर होऊन जाईल मला वाटतं!

"तो बघ, तोऽ तिकडे दिसतोय बंगला." किनाऱ्यावर दूर उंच खडकावर दिसणारी एक मोठी इमारत दाखवत सबूरनं सांगितलं. आणि त्यानंतर जवळजवळ अडीच तास मुकाट्याने चालत राहिल्यावर मी इस्टेट बंगल्याच्या आवारात प्रवेश केला, तेव्हा संध्याकाळ झाली होती.

ती हवेली बघताच मात्र माझा थकवा पळाला. मनात भरून आलेली उदासीनता जरा कमी झाली. एखाद्या ओळखीच्या परिचित ठिकाणी यावे, तसे वाटले. मी कल्पना केली होती त्यापेक्षाही हवेलीची इमारत खूपच मोठी होती. मावळतीच्या पडत चाललेल्या अंधारातही तिची भव्यता जाणवत होती. अशा निर्जन स्थळी ही एवढी मोठी हवेली कोणी न् का बांधली असेल, हा प्रश्न मनात उभा तर राहिला, पण आताच्या घटकेला मात्र मला विश्रांती घेणे अन् आत्मशोधन करणे या खेरीज कशात लक्ष घालायची इच्छा नव्हती.

चौकीदार दरवाज्याशीच बसला होता, त्याने सबूरच्या हातातून माझे सामान घेतले. दरवाज्यातनं आत गेले की लगेचच डाव्या हाताला आउटहाऊससारखी, उंच ओटे असलेली दोन घरे आहेत. चौकीदार तिकडे गेला. कदाचित् बंगल्याची झाडलोट अजून व्हायची असेल, उद्या करून घ्यायला सांगू, असा मनाशी विचार करत मी त्याच्या मागे गेलो. दगडी पायऱ्या चढून मी वर आलो तेवढ्यात लक्षात आले, की सबूर दिसत नाही. मी मागे वळून मोठ्याने हाक मारली, "सबूर!" काही उत्तर आले नाही.

"तो तर गेलासुद्धा." चौकीदार बोलला.

"अरे! पण त्याचे पैसे!" मी चक्रावून म्हणालो. "कुठे राहतो तो?"

"त्याचं काय नक्की नसतं. विक्षिप्त माणूस आहे. आला तर येईल उद्यासुद्धा अन् नाहीतर वर्षभरसुद्धा तोंड दाखवायचा नाही!"

सबूरचा विषय मनातून बाजूला करत मी क्वार्टरच्या अंगणात टाकलेल्या आरामखुर्चीत बसलो. गेल्या तीन-चार दिवसात मी कोण, काय, ही आपली ओळखसुद्धा विसरायला झाले होते. आज जरा आपला अधिकार असलेल्या प्रदेशात पोचल्यावर वाटते तसे हायसे वाटत होते.

सर्वण कुठूनसा चहा घेऊन आला. मग जराशाने बाजरीची भाकरी न् कांद्याची भाजी घेऊन आला. त्याने आपल्या घरात एवढी व्यवस्था आज केली असेल असे वाटून मी जास्त काही न विचारता जेवून घेतले. तिथे ओट्यावर बसल्या बसल्या माझी नजर राहून राहून हवेलीकडे जात होती. चारी बाजूंनी पक्क्या भिंतींचा कोट बांधून काढलेली ही हवेली, हे आउटहाऊस, हे सारे आता माझ्या ताब्यात आहे या

विचाराने रोमांच उठत होते.

सर्वणने दोन कंदील पेटवले. एक अंगणात माझ्याजवळ ठेवला. दुसरा आत खोलीत. मग पायऱ्या उतरताना तो म्हणाला, ''मी रात्री इथेच असतो. तुम्ही कशाची फिकीर नका करू. निर्धास्त झोपा.'' आणि तो परत दरवाज्याशी जाऊन बसला.

कितीतरी वेळ मी आरामखुर्चीत बसून होतो. मग आत खोलीत गेलो. किती भटकत भटकत शेवटी मी माझ्या हक्काच्या जागी पोचलो होतो! मच्छरदाणी लावलेला स्वच्छ पांढरा बिछाना आणि शिसवीच्या लाकडावर पडणारा कंदिलाचा पिवळा प्रकाश शांत, आल्हाददायक वाटत होता. निश्चिंत, निर्भय मनाने मी बिछान्यात आडवा झालो. बाहेर समुद्राच्या लाटा खडकांवर आपटत अविरत आपली हजेरी लावत होत्या. तो आवाज ऐकता ऐकता मी केव्हातरी निद्राधीन झालो.

थंडी जरा जास्तच आहे असे जाणवल्याने मी जागा झालो तेव्हा चंद्र मावळला होता अन् पूर्वेकडे लालिमा पसरत होता. पडल्या पडल्याच मी खिडकीतनं बाहेर बघत राहिलो. रात्री गंभीर गर्जना करणारा समुद्र किनाऱ्यावर लाटा आपटून आपटून थकला असेल तसा शांत पडला होता. उठून अंगणात आलो तो आरामखुर्ची समोरच्या छोट्या टेबलावर तांब्याच्या लोट्यात बाभळीचे हिरवेगार दातवण ठेवलेले. चौकातल्या विहिरीचे पाणी शेंदून चौकीदार जवळच्या पाण्याच्या साठवणाच्या कुंडीत भरत होता. दातवण घेऊन मी विहिरीच्या काठावर बसलो.

''चौकीदार, आज मोठ्या बंदरावरनं शिधा सामान आणून टाकूया, काय?''

''आजच्या आज तर नाही जमायचं. शिधासामान आणायचं म्हणजे गाडी पाहिजे. आठ दिवसांनी एकदा पटवाहून टपाल घेऊन गाडी येते तेव्हा जमवता येईल.''

''ठीक आहे, राहिलं; करुया काहीतरी व्यवस्था. आज ऑफिस चालू केलं पाहिजे मात्र.''

''त्या तिकडच्या खोलीत आफिस लावलंय, अवलनं सगळं लावून ठेवलंय.''

मी एकदम जरा तडकलोच. माझ्या अधिकाराच्या जागी, मी कुठे राहायचे, ऑफिस कुठे करायचे हे सगळे दुसरेच कोणीतरी ठरवते हे मला सहन झाले नाही. हा (का ही?) अवल असेलही कदाचित् वरच्या ऑफिसात कारकून किंवा असेल आसपासच्या एखाद्या गावचा मुखिया (सरपंच). कोणीही असेल, माझ्या अधिकारात अशी ढवळढवळ मी का चालून देऊ?

आत्ताच ताबडतोब अवल कोण वगैरे चर्चा चैकीदाराबरोबर करणे मला योग्य वाटले नाही. विहिरीचे पाणी काढून मी आंघोळ आटपली. कपडे धुवून वाळत टाकले, तोपर्यंत सूर्योदय झाला होता. खोली नीट लावून मी बाहेर येतो तो चौकीदार चहा घेऊन आला. अंगणात बसून उगवत्या सूर्याच्या प्रकाशात हवेलीकडे

बघता बघता मी चहा घेतला आणि मग हवेलीकडेच निघालो. चढावर बांधलेली ही इमारत करड्या रंगाच्या दगडांनी बांधलेली आहे. बऱ्याच पायऱ्या चढून वर आल्यावर गोलाकार दगडी खांबांच्या आधाराने उभी असलेली आणि लाल कौलांचे छप्पर असलेली प्रशस्त मोठी ओसरी किंवा ओटी. मोठाले दरवाजे असलेल्या ओळीनं तीन खोल्या आणि उजव्या हाताला वर जायचा लाकडी जिना. वरच्या खोलीच्या वर आणखी एक खोली असलेली लांबून दिसते. बाकीच्या भागात गच्ची असावी. पायऱ्या चढून मी ओसरीत उभा राहिलो. समोर माझी खोली, बाजूला ऑफिसची खोली, मुख्य दरवाजाबाहेर लांबपर्यंत पसरलेली करड्या रंगाची खारी जमीन. पाठीमागच्या भिंतींच्या पलीकडे जरा अंतरावर लहानशी वाडी. जानकीच्या वाडीसारखीच. मागच्या बाजूला खडक, त्यावर येऊन आपटत राहाणाऱ्या समुद्राच्या लाटा आणि मग अथांग समुद्र. किनाऱ्यावर ओळीने लावलेल्या बाभळीच्या झाडांची लांबवर पोचणारी रांग.

निळेभोर आकाश, भुरकट निळं सागराचे पाणी, सोनेरी ऊन, या पार्श्वभूमीवर हवेली सुंदर दिसते. ओसरीला लाकडाचे कठडे आहेत. त्याच्या गोल कमानींमधनं समुद्र सरळ समोर दिसतो. खोल्यांची दारे बंद आहेत, पण त्यांवर एवढी पण धूळ नाही– स्वच्छ. दरवाज्यांच्या काचांमधून आतला भाग दिसतो. रिकाम्या असल्याने खोल्या आणखीच मोठ्या वाटत असाव्यात. हवेली आहे जुनी पण जर्जर अवस्थेत नाही. कोण इथली देखभाल करत असेल? मला सांगण्यात आले होते की ही सरकारी इमारत आहे, पण अनेक कारणांनी अजून ती आमच्या खात्याच्या स्वाधीन करण्यात आलेली नाही, पण होणार आहे हे निश्चित. मग हे रिकामे पडलेले घर इतके स्वच्छ नीटनेटके कोण ठेवते? कुणाच्या खासगी मालकीचा तर नसेल हा महाल? सर्वण चौकीदार भेटला म्हणून नाहीतर वाटले असते की अडाणी सबूर मला भलतीकडेच घेऊन आलाय्.

वर जायच्या जिन्याच्या दोन-तीन पायऱ्या चढतोय तो वरून जिना उतरत एक उंच सडपातळ स्त्री खाली येताना दिसली. मला बघून जरा थबकली, मीही तिथेच थांबलो. तिच्या हातात झाडू होता. खाली येता येता ती म्हणाली, "आख्या वर्षाचं पाणी वर गच्चीवर साठवतो आम्ही. तुम्ही बूट घालून वर जाऊ नका." मी पुढे काही बोलणार तेवढ्यात ती भराभर हवेलीच्या पायऱ्या उतरून गेलीही. कितीतरी दिवसांनी शुद्ध सुसंस्कृत उच्चार ऐकत होतो. ही हवेली सरकारी, म्हणजे माझ्या अधिकारातली आहे हे ठाऊक असूनही मी बूट काढले आणि मग वर गच्चीवर गेलो.

टाईल्सचे रंगीबेरंगी चकचकीत तुकडे सबंध गच्चीवर सुंदर आकृतींमध्ये बसवलेले आहेत. कुठे मोर, कुठे फुले, कुठे तुळशीवृंदावन. चारी बाजूच्या कठड्यांच्या तळाच्या बाजूला पाणी वाहण्यासाठी खोलगट पन्हळी केलेल्या आणि

एका कोपऱ्यात सगळ्या पऱ्हळींमधून पाणी जमा होण्यासाठी लहान कुंडी बांधलेली. जिच्या तळातून खाली तळघरात, जमा झालेले पाणी साठवणासाठी पोचत असणार. सध्या पाऊस नसल्याने कुंडीचे तोंड लाकडी दट्ट्याने बंद केले आहे. एक-दोन पाऊस झाल्यावर ते उघडून टाकत असतील.

मी कठड्याला टेकून उभा होतो. दरिया मागे सरकत खूप दूर गेला होता. दुपारपर्यंत येईल परत, मग पुन्हा या हवेलीच्या मागच्या खडकांवर लाटा आपटून आपटून महाघोष करतील. दोन दिवस मी या समुद्राचे जाणे-येणे बघतोय. कालपेक्षा आज तासभर उशिरा भरती ओहोटी झाली. या खाऱ्या जलराशीचे खेळ बघताना कंटाळा म्हणून येत नाही.

भरतीचे वारे वाहू लागले तोपर्यंत मी कठड्यावर बसून होतो, मग गेलो खाली. अजून मला स्वयंपाकाची काहीतरी व्यवस्था करायची होती, ऑफिस उघडायचे होते आणि या निर्जन प्रदेशातल्या निकस जमिनीवर रसायनांचा कारखाना उभा करण्याच्या प्रॉजेक्टचा रिपोर्ट तयार करण्याचे मला नेमून दिलेले काम करायला सुरुवात करायची होती. खोलीत पोचलो तो टेबलाशी माझा टॉवेल व्यवस्थित घडी करून ठेवलेला आणि शेजारी काशाची थाळी झाकून ठेवलेली. आजही सर्वण भाकरी न् कांद्याची भाजी घेऊन आलेला. "हे कुठून आणलंस?"

"अवलनं पाठवलं." एवढं बोलून, मला जेवायला बसायचे असेल अशा विचाराने तो दूर गेला. मला चौकीदाराचा राग आला. पटव्याला किंवा शहरात जाऊन थोडे काही धान्यधुन्य, भाजीपालाही याला आणता नसेल येत तर हा काय कामाचा? त्या अवलच्या उपकाराखाली दबून काय म्हणून मी राहू? "चौकीदार!" मी जोरात हाक मारली.

तो भराभरा आला. "हे बघ सर्वण, आपण आपला शिधा घेऊन यायचा. आणि तुमच्या त्या अवलला निरोप सांग की आमची चिंता करू नये. आपल्याला जरूर असेल तेव्हा आपण कळवू. काय समजलं?"

"सांगूया, पण ऐकणार नाही."

"न ऐकायला काय झालं? मी सांगितलंय म्हणून सांग. मला येतो स्वयंपाक करायला. माझं सगळं काम मी आपलं आपलं करू शकतो."

चौकीदार काही बोलला नाही. मी जेवायला बसलो तशी तो परत दरवाज्यापाशी जाऊन बसला.

ऑफिस मग दुपारनंतरच उघडले. पिवळे सरकारी कागद आणि नकाशांची बंडले सगळे भिंतीतल्या लाकडी शेल्फमध्ये व्यवस्थित लावून ठेवलेले होते. एक मोठे टेबल, एक लहान टेबल, चार खुर्च्या. मी यायच्या आधी सरकारातून एवढे सामान तरी आले तर.

ऑफिसात बसलो होतो तेवढ्यात एकदम दाराशी काही गडबड ऐकू आली. मी उठून बाहेर आलो. समोरून काळे ठिपके असलेला पांढरा घोडा घेऊन एक माणूस येऊन दाराशी थांबला. चौकीदार उठून त्याच्याकडे गेला, दोघेही जण मग ऑफिसकडे आले, लगाम बांधलेला तो घोडा त्यांच्या मागून. माझ्या खोल्यांच्या बाहेरच्या ओट्याच्या पायऱ्यांशी तो माणूस थांबला. सर्वण आत जाऊन पाणी घेऊन आला. मग तो माणूस ओटीवर आला, कडेला उभे राहून त्याने तोंड धुतले अन् मग तोंड न लावता वरूनच पाणी प्यायला. मग माझ्याकडे वळून म्हणाला, ''नारण. (म्हणजे मी नारायण).' मोठ्या बंदरावरून हा घोडा घेऊन आलोय.''

''या. ना, बसा.'' मी म्हटले.

तो घोडा घेऊन आलाय हे मला सांगायची काय गरज हे मला कळेना. नारण माझ्या समोर जमिनीवर बसला.

''ह्यो कबीरा. ह्याला हतं बंगल्यावर ठिवायची ओडर हाय.'' म्हणत त्याने एक कागद माझ्यापुढे धरला. सरकारने आमच्या दोन लोकांच्या स्टाफमध्ये वाढ करायला पोलिसदलातनं निवृत्त होणार असलेला हा घोडा नेमला होता हे त्यावरनं समजले. मी 'घोडा पोचला' असे लिहून कागद सर्वणच्या हातात दिला. ''शिक्का मारून द्या.''

''हे छान केलं.'' कागद नारणच्या हाती देता देता सर्वण म्हणाला.

''इथं गाडी मिळत नाही आन् मिळाली तरी समदीकडं गाडी जाणार कशी? घोडा आपला बरा, कुटंबी जाऊ शकल, कशाची चिंत्या नाही.''

''पण मला घोड्यावर बसता नाही येत.'' मी सांगून टाकलं.

''ते तर शिकता येईल. काय बी अवघड न्हाय त्यात. आन् हा माजा कबीरा जातिवंत उमदा जनावर हाये. तुम्ही काहीच केलं न्हाईत, नुसती घट्ट पकड घेऊन बसून ऱ्हाइलात तरी हा तुम्हास्नी नीट घेऊन जाईल.'' नारणनं आश्वासन दिलं.

''बरं. चौकीदार, आता गवत-चाऱ्याची व्यवस्था केली पाहिजे ना? अन् मग नारण पण असल्याचे लक्षात येऊन म्हटले, ''ह्या नारणच्या खाण्या-पिण्याचंही बघ. सकाळचा निघाला असणार.''

''आम्ही हतं येतो तवा खाण्या-पिण्याची फिकरच नसते. आन तुमी तर अजून पावणे म्हणायचे. तुमच्याकडं आमी जेवायचं हे बराबर न्हाय्. इथे जुने झालात म्हंजे मग येऊ.'' नारण बोलला.

मला शंका आली की ह्याच्या जेवणाची व्यवस्था पण अवल करणार असेल. माझ्याच खात्यातला हा एक सामान्य माणूस माझी अवगणना करतोय असे मला वाटले. जे सरकारी आहे आणि माझ्या अधिकाराखाली आहे त्याच्यावर अवलचा असा आडवळणाने अधिकार चालणे मी चालू देणार नाही. रात्री नारण तिथेच

राहिला. अवलबद्दल जास्त माहिती मिळवायची प्रबळ इच्छा हाताखालच्या लोकांशी असल्या चर्चा करायला नकोत अशा विचाराने मी दाबून टाकली.

"चला साहेब, समुद्रावर जाऊ या, रात्री तिथं मजा येते." नारणने सुचवले. मी उभा राहिलो. दरवाज्याच्या बाहेर पडले, की डाव्या हाताला जिथे भिंत पुरी होते तिथून समुद्राकडे जाणारी पायवाट सुरू होते. किनाऱ्यावरची रेती धुवून वाहून जाऊ नये म्हणून तिथे हारीने बाभळीची लागवड केली आहे. दूरवर नजर पोचते तिथवर ही हिरवी रांग दिसते.

रात्री समुद्रकिनाऱ्यावर जाऊन बसायचा हा माझा पहिला अनुभव. नारायण आणि सर्वण वाळूत फिरायला निघाले. मी जरा वेळ एका खडकावर बसलो मग पाण्यात जायचा फारच मोह झाला तेव्हा गुडघाभर पाण्यात जाऊन उभा राहिलो. एका मागून एक चकाकत्या लाटा घेऊन धावत येणारा समुद्र मला दूर ढकलत होता न् मग आत खेचत होता. मला गायची इच्छा झाली. पराशर असता तर मोठ्यानं गायला लागलाच असता. रात्र कितीतरी वर चढेपर्यंत मी समुद्राशी खेळत राहिलो. पाण्यात हात आपटून पाणी उडवले, हातात पाणी घेऊन डोक्यावर शिंपडले. सर्वण आणि नारण परत येऊन रेतीत बसलेलेही मला कळले नाही.

मग शक्य तितक्या मऊ आवाजात सर्वण म्हणाला, "आता जाऊ या परत?"

मग मी पाण्याबाहेर निघालो न् आम्ही परत फिरलो. बाभळीच्या झाडापाशी अंधार होता, तिथे आल्यावर सर्वणने टॉर्च लावला. टॉर्चचा उजेड पडल्याबरोबर पायवाटेच्या दुसऱ्या टोकाला पण कोणीतरी टॉर्च लावला.

"कोण आहे?" मी मोठ्यानं विचारले.

"ते तर मी आहे, नूरोभाई" उत्तर आले.

"का? आता ह्या वेळी कोणाला पकडायला निघाला?" नारणने त्या नूरोभाईच्या दिशेने विचारले, अन् मग हसत हसत पुढे बोलला, "हे तुमचं जंगल खातं पण अजब आहे. त्या तिकडं जंगलात गाड्याच्या गाड्या लाकूड चोरीला जातंय् अन् तुम्ही इथं वाळवंटातल्या चार बाभळींची राखण करताय्!"

आम्ही पायवाट संपवून वर आलो.

"आता ते तर बाबा रे, जिथं सांगतील तिथं राखण करायची. तिकडं जंगलात हात आडवा करायचा तर एकट्या नूरोभाईच्यानं काय होणार?" बोलत बोलत नूरोभाई पुढे आला आणि मला बघताच त्याने सलाम ठोकलान्. त्याच्याबरोबर आणखी दोन माणसे. नारण त्यांच्याशी बोलत उभा राहिला आणि मी सरळ खोलीवर आलो.

चौकीदार माझ्या मागे आला त्याला सांगितले, "तुला तुझ्या मित्रांकडे जायचं असलं, तर जा तू, मी आता झोपणार आहे."

"उद्या कबीराला नेऊन फिरवू या?" जाता जाता त्याने विचारले,

"हो, शिकावं तर लागेलच." मी झोपायला गेलो.

सकाळी कबीराला सजवून तयार करून ठेवलेला. सर्वण त्याला ओट्यापर्यंत घेऊन आला मग मी हलकेच त्याच्यावर बसलो, सर्वणने लगाम पकडून त्याला चालवला आणि अशी आमची वरात चौकात गोल गोल चकरा मारत राहिली. वीणा असती तर हसून हसून मुरकुंडी वळली असती तिची.

दोन-तीन दिवसात मी घोड्यावर बसून फिरायचे शिकलो पण प्रत्यक्ष घोड्यावर स्वार होण्यासाठी मात्र कबीराला ओटीच्या पायऱ्यांजवळच आणावा लागायचा. चौथ्या दिवशी मी कबीराला घेऊन एकटा दरवाज्याने बाहेर पडलो आणि उत्तरेच्या पायवाटेवर बाभळींच्या रांगेला समांतर जात राहिलो. समोरनं एक दुसरा घोडेस्वार येताना दिसला. माझ्याजवळ आला तशी थांबला म्हणून मीही थांबलो.

"सलाम आले कुम." तो म्हणाला.

खाकी कपडे, विसकटलेले पांढरे केस आणि खोल गेलेले पण चमकदार डोळे, तोंडावर सुरकुत्या. आले कुम् अस्सलाम् करून मी त्याच्याकडे नकळत बघत राहिलो.

"नाही ओळखलं? मी नूर महम्मद." (तो मामद म्हणाला)

"ओहो! त्या वेळी अंधारात चेहरा नीट दिसला नव्हता, म्हणून एकदम ओळखू येईना," मी उत्तरलो. "का आज इकडे? पहाऱ्यावर काय?"

"पहारा तर कसला म्हणा इकडे? पण ही बाभळीची झाडे फार आवडतात. ही झाडं लावली तेव्हा माझ्याकडे चारज (चार्ज) होता. कशी छान झालीयत् आता!"

दरियाकिनाऱ्यावर, नजर पोचेपर्यंत लांबपर्यंत दिसणाऱ्या बाभळीच्या हिरव्यागर्द सरळ रेषेकडे मी बघत राहिलो. नूरभाईने ही झाडे लावली असतील, प्रेमाने सांभाळून वाढवली असतील. बघता बघता मलाही त्या काटेरी झुडुपांमध्ये काहीतरी नवीन शोभा दिसायला लागली, तरी पण फार आवडण्यासारखे नाजुक सौंदर्य त्या झाडांमध्ये दिसणं अवघड होतं.

"ही सगळी खारी जमीन. एखादं पाखरूसुद्धा बघायला मिळायचं नाही," नूरभाईने घोडा पुढे न नेता मागे वळवून माझ्याबरोबर चालता चालता सांगितले, "आता बगळे असतात इथे आणि तुम्हाला खोटं वाटेल पण मालीपा बुलबुलाची घरटी पण सापडतात."

"झाडं तुम्ही लावली?" मी विचारले.

"थोडी मी लावली, थोडी मजुरांनी. पण वाढवून मोठी करायला चारज माझ्याकडे होता. पहिलं झाड वर आलं ना साहेब, तेव्हां वाटलं, की आता खुदाला सांगता येईल असं काहीतरी काम हातून झालं."

"खरं आहे." मी म्हटलं, "तुम्ही तर हा किनारा परत जिवंत केलात!"

"तसा तर साहेब, हा समदा किनारा जिवंतच होता एके काळी." लांबवर हात दाखवत नूरभाई सांगू लागला. "माझ्या अब्बाजानच्या टायमाला तर इथं जंगल होतं म्हणतात." सांगता सांगता नूरभाई उदास झाला. "आता फक्त खेरा (गावाचं नाव) मधला मोठा वड राहिलाय् अन् वारारूप (दुसरं नाव) ची वाडी. बाकी समदा वैराण झाला हा देश. एकावर एक दुष्काळ पडले, जमीन समदी खारी होऊन गेली." मी गप्प ऐकत होतो, नूरभाई आपल्याच तंद्रीत बोलत होता.

"ही बाभळीची रांग वाढली, ही खुदातालाची मेहेरबानी. दोन-चार पाखरांना राहायला जागा मिळेल." बोलता बोलता तो एकदम थांबला न् म्हणाला, "तो ऽऽ पहा काळोकोसी." एक लहानसा ऐटबाज काळा पक्षी, लांब शेपूट असलेला, बाभळीच्या उंच फांदीवर बसला होता; त्याच्याकडे बोट दाखवत नूरभाई म्हणाला, "आहे तर इवलासा, पण ह्याच्यासारखा बहादूर पक्षी दुसरा नाही सापडायचा."

"असं?"

"तर? कावळे अन् घारीच काय, मोठं रान मांजर आलं तरी हे पाखरू त्याच्याशी टक्कर देणार. स्वत: मरेल नाहीतर हल्ला करणाऱ्याला मारेल."

नूरभाईचा ऊर भरून आला. "आहे की नाही अल्लाची करणी? अशी धाडसी पाखरं आहेत इथं ही त्याचीच देण आहे ह्या मुलखाला."

"हे जाणणारी माणसं आहेत ही पण त्या अल्लामियाचीच कृपा नाही?"

"माणसाचं सोडा."

"का? माणूस पण अल्लामियाचीच निर्मिती ना?"

"हां, पण निर्मिती निर्मितीत फरक नाही का? बघा ना, हा आपण पाहिला तो काळाकोसी; ह्याचं दुसरं नाव जमादार."

"जमादार? का बरं? दादागिरी करणारा पक्षी म्हणून की काय?"

नूरभाईचे डोळे चमकले. "तो कुठे दादागिरी करतो? तो राखण करतो त्याच्या घरट्याची. अन् तुम्हाला खरं नाही वाटणार, पण दुसरी लहान पाखरं, ज्यांना शिकार करणाऱ्या पक्ष्यांची भीती वाटते, ती ह्या काळाकोसीच्या घरट्याला चिकटून आपली घरटी बांधतात."

"त्या सगळ्यांना हा काळाकोसी हाकलून नाही लावत?"

"छे छे, उलट त्यांचं रक्षण करतो. हल्ला करणाऱ्यांना घाबरणार नाही आणि लहान्यांना घाबरवणार नाही, म्हणून तर ह्याचं नाव जमादार." बोलता बोलता नूरभाई थांबला, मग माझ्याकडे वळून विचारलेन्, "बघा ना, तुम्हीच सांगा, कुणाला भीत नाहीत अन् कुणाला भिववत नाहीत अशी माणसं ह्या मुलखात किती सापडतील?"

नूरभाईच्या प्रश्नाचे उत्तर माझ्याकडे नाही. कदाचित असा एकही माणूस सापडणार नाही. मी विचारात गढलो. माणूस ही निसर्गाची सर्वश्रेष्ठ निर्मिती आहे असे शाळेपासून मला शिकवण्यात आले. जी संस्कृती असे मानते की माणसाखेरीज निसर्गातला प्रत्येक प्राणी हा जणू माणसाच्या उपयोगी पडण्यासाठीच निर्माण करण्यात आला आहे, त्या संस्कृतीचा मी प्रतिनिधी. निसर्गाच्या ह्या छोट्या नाजूक निर्मितीबरोबर नूरभाईने जे नाते जोडले, अनुभवले आहे ते मला अनुभवता येत नाही हे कदाचित माझ्या संस्कारामधले, शिक्षणातले न्यून असेल. कधीकाळी नूरभाईच्या नजरेने जगाकडे पाहू शकलो तर माझे मन आनंदविभोर होईल. अल्लामियाचीच निर्मिती असलेल्या त्या नूरभाईकडे मी बघत राहिलो अन् शेवटी नुसतेच म्हणालो, "अच्छा नूरभाई, मी परत फिरतो आता. सहज फिरायला निघालो अन् किती दूर आलो."

"अल्लाबेली." नूरभाई म्हणाला.

"अल्लाबेली." मी उत्तरलो. सावकाश, सांभाळत, कबीराला उलट वळवला, नूरभाई थोडा पुढे गेला होता. "नूरभाई," मी हाक दिली "कधी वेळ काढून या, फिरायला जाऊ या बरोबर."

नूरभाई थांबला, परत फिरून माझ्याजवळ आला अन् म्हणाला, "जाऊ या की मालक, जरूर जाऊ या. बस, हा एक पाऊस होऊन द्या. मग दाखवीन तुम्हाला इथली रंगत. अन् जिवात जीव आहे तोवर एकदा दूधराजाचं जर का दर्शन घडलं तर अल्लाची मेहेरबानी होईल. सायेब, बघाल तुम्ही, अहो, एक पाखरू उडतं अन् सारा मुलूख जसा जिवंत होऊन उठतो ही काय लहानसहान जादू आहे?"

दूधराज हा कोणी अतिशय सुंदर पक्षी असावा असा विचार करत मी बंगल्याकडे परतलो. येता येता मनात अनेक विचार. पक्ष्यांचा अभ्यास असलेली अनेक माणसे मला माहीत आहेत. शाळेत असताना मी 'अंगणातले पक्षी' वगैरे बरीच पुस्तके पण वाचली होती, पण आता त्यात वाचलेले विसरूनही गेलोय. त्या सगळ्या पक्षीशास्त्रज्ञांना सुद्धा नूरभाईसारखे निसर्गाचे खरेखुरे प्रेम असेल का? 'एक इवले पाखरू' म्हणताना नूरभाईच्या आवाजात जाणवणारी खरीखुरी आत्मीयता त्या साऱ्या शास्त्रज्ञांमध्ये पण असेल?

एकाएकी मला लहानपणीचा एक प्रसंग आठवला. माझ्या काकांचे एक मित्र निर्मल अंकल गरुड पक्ष्यांच्या सवयींवर संशोधन करत होते. जंगलात, डोंगरदऱ्यात भटकायचे आणि मग युनिव्हर्सिटीतल्या त्यांच्या ऑफिसमध्ये बसून लिहायचे. माझे काका निर्मल अंकलचं खूप कौतुक सांगायचे, म्हणायचे की त्यांच्या विषयात निर्मल अंकलना खूपच माहिती होती. एक दिवस मी काकांच्या बरोबर अंकलच्या ऑफिसमध्ये गेलो होतो. तिथे सर्कशीतल्या पिंजऱ्यासारख्या मोठ्या पिंजऱ्यात दोन गरुड ठेवले होते. गरुडाबद्दलच्या माझ्या त्या बालवयातल्या सगळ्या कल्पना

खोट्या ठरवणारे असे ते गरुड होते. खूप अशक्त, लुळे पडले असतील तसे पंख असलेले, असे होते.

"का हे असे आहेत?" मी विचारलं.

"त्या दोघांना खायला नाही देत, संशोधन चाललंय ना, म्हणून." अंकल म्हणाले.

"का?" कोणी तरी अभ्यास करतंय म्हणून कुणाला तरी उपाशी का ठेवावं लागतं ते मला समजेना."

"हे बघ, असं आहे," निर्मल अंकल मला त्यांच्या संशोधनाबद्दल सांगू लागले; "दोन गोष्टींचा अभ्यास करायचा आहे, तुला मजा वाटेल, बघ सांगतो." ते मला पिंजऱ्याच्या अगदी जवळ घेऊन गेले. "बघ, तो पायाला लाल दोरी बांधलीय तो एक गरुड–"

"हं, आणि दुसरा पायात निळी दोरी बांधलेला."

"बरोबर, आता दहा दिवसांनी त्या लाल दोरीवाल्या गरुडाला दुसऱ्या पिंजऱ्यात न्यायचं. तुला ठाऊक आहे ना, सगळे पक्षी मांजराला घाबरतात?"

मी 'हो' म्हटलं खरं, पण मला वाटायचं की गरुडाला कुण्णाची भीती वाटत नसणार.

"मग गरुडाच्या पिंजऱ्यात मांजर सोडलं तर काय होईल?"

"गरुड घाबरेल." मी शाळेतल्यासारखं उत्तर दिलं.

"अंहं. हा गरुड उपाशी आहे. कदाचित् भुकेला असल्यानं तो मांजरावर हल्ला पण करेल. मांजराला मारेलही कदाचित्. हेच बघायचं आहे, की तो काय करतो." मग माझ्या काकांकडे वळून अंकल म्हणाले, "नेहमीची वृत्ती आणि नैसर्गिक प्रेरणा ह्यांचा हा अभ्यास आहे. यू नो. . ." आणि मग बराच वेळ इंग्रजीमध्ये लांबलचक चर्चा झाली, ती मला काही समजली नाही. मला त्या निळ्या दोरीवाल्या गरुडाबद्दल प्रश्न पडला होता. "त्या दुसऱ्या गरुडाचं काय? त्याला द्यायचं ना खायला?"

"नाही बेटा." मग अंकल जरा अडखळले आणि म्हणाले, "तो गरुड तहान भूक किती दिवस सहन करू शकतो, ते बघायचंय्."

"पण आपल्याला कसं कळेल त्याला आता सहन नाही होत, असं?" मला फार विस्मय वाटला होता.

"कळेल." एवढंच उत्तर मला मिळाले.

त्या सगळ्याला खूप वर्षं झाली. मी सारं विसरून गेलो होतो. आज अचानक ह्या निर्जन खाऱ्या जमिनीवरचं आकाश भेदून जणू त्या गरुडाचा आवाज माझ्या कानाशी ओरडतोय, 'अरे! एवढंही नाही कळत तुला? माझी सहनशक्ती संपली हे मी मेलो त्याक्षणी समजलं!' माझं मन उदास उदास झालं. वाटलं, हे सारं बदललं पाहिजे. शिक्षण असं असलं पाहिजे, ज्यामुळे निसर्गावर प्रेम करायला मुलं

शिकतील. काही असं झालं पाहिजे की बरेचसे नूरभाई तयार होतील. काही असं झालं पाहिजे, की काळाकोसीवर जसा इतर पक्ष्यांना विश्वास, तसा माणसांचा माणसांवर असला पाहिजे. पण कोण करणार हे? मी? ह्या धरतीवर रसायनिक कारखाने काढायचे नकाशे बनवणारा मी?

कोण जाणे, कदाचित् ही इथली धरती, ही इथली माणसं आणि इथला हा निसर्ग मला माझं काम करूच नाही देणार. जे मी करायचं आहे, जे काम माझ्यावर सोपविण्यात आलंय्, त्याच्या उलट्या दिशेला का माझं मन ओढ घेतंय्? आजपासून तर मला नकाशाचं काम सुरू करायचं होतं, पण आज आता माझ्यानं ते होणार नाही. राहून राहून वाटतंय की पराशरनं मला चुकीच्या ठिकाणी ढकललंन्.

आज रविवार. तसं पाहिलं तर इथं, रात्र पडली अन् दिवस उगवला ह्याखेरीज कुठलीही कालगणना करण्याला काही अर्थच नाही. ह्या उजाड वैराण प्रदेशात विरळ विरळ वस्तीतनं राहणारी इथली माणसं एका पावसाळ्यापासून दुसऱ्या पावसाळ्यापर्यंतच्या काळाला एक वरीस म्हणतात, आणि एका सूर्योदयापासून ते दुसऱ्या सूर्योदयापर्यंतच्या वेळाला एक दिवस. वार अन् तारखांच्या समस्या त्यांच्या आयुष्यात नाहीतच. पण माझा तर आज सुट्टीचा दिवस. आज मी ऑफिस उघडणार नाही. सर्वण आज शहरगावी जाईल आणि शिधा सामान आणि टपाल घेऊन उद्या परत येईल.

मी बाहेर ओसरीवर येऊन बघतो तो कचेरीचं दार उघडं! सर्वण साखळ्या, स्टँड, दुर्बीण वगैरे जमीनमोजणीची साधनं बाहेर काढत होता. ''काय रे? हे काय करतोय्स?''

''खेराच्या मुखीनं (सरपंच) निरोप पाठवलाय्, की आज मापणी चालू करायची असंल तर आज जमण्यासारखं हाये.''

खेरापासून सुरुवात करून दक्षिण सीमेपर्यंतच्या ह्या वैराण भूमीची मोजणी करून नवे नकाशे बनवायचं काम काही लहानसहान नाही. कमीत कमी तीन वर्षं लागतील मोजणी पुरी व्हायला. आज सुट्टीच्या दिवशीच सरपंचांना मुहूर्त सापडलाय! ''ठीक तर, तू नीघ पुढे, मी तयार होऊन येतो आणि तू हे सगळं सामान घेऊन जाणारेस कसा?''

''गाढव पाठवलंय् सरपंचांनी. थोडं मी उचलून घेईन, हळूहळू पोचून जाऊ.'' वा! काय नशीब आहे! रेल्वे, बस, टॅक्सी, रिक्षा, ह्या सगळ्यांमधून निघून मी येऊन पडलोय् ह्या अश्व गर्दभ वाहन युगात! मी इथे यायच्या आधी जर मला कोणी सांगितलं असतं, की फक्त चारपाचशे मैलांवर असा एक प्रदेश आहे, की जिथं आधुनिक वाहनं पोचलेलीच नाहीत, तर मला ते बिलकुल खरं वाटलं नसतं!

सर्वण गेल्यावर मी कबीराला तयार केला. वरच्या रस्त्यानं न जाता मी खडकाळ टेकाडं उतरून कबीराला दरियाकाठी घेऊन आलो. अचानकच एक लाट आली आणि हवेली जवळच्या खडकांवर आपटली. ओला गार शिडकावा माझ्या न् कबीराच्या अंगावर झाला. गेले दोन तीन दिवस मी समुद्राकडे आलो नव्हतो म्हणून मला आठवण करून द्यायला जणू त्यानं थोडा खट्याळपणा केला होता! मी घोड्यावरून उतरलो, बूट काढून घोड्यावरच्या जीनमधे अडकवले आणि लगाम हाती धरून समुद्राच्या पाण्यात पाय भिजवत खेराच्या दिशेनं चालू लागलो. सामसूम समुद्रतटावरनं एकट्यानं चालत राहाणं मला फार आवडायला लागलं आहे. त्या सकाळी, उजाडतच त्या विस्तीर्ण पसरलेल्या समुद्रतटावर मुकाट्यानं चालत राहाण्याचा आनंद माझ्या रोमरोमी भिनला. दूर दृष्टी पोचते तिथपर्यंतचा समुद्रतट अर्धचंद्राकृती दिसतो. अर्धचंद्राच्या त्या टोकाला एक काळा खडक दिसतोय्. पण तिथवर पोचलं की परत समुद्रतट अर्धचंद्राकृतीच दिसेल. असे अनेक अर्धचंद्र ह्या नितांत सुंदर किनाऱ्याचे असतील. जरा पुढे जातो तो वरच्या अंगाच्या बाभुळ बनातून एक माणूस समुद्राकडे येताना दिसला. मला बघून थांबला. जवळ पोचलो तशी इकडच्या पद्धतीनं 'एऽऽ राम राम' करून अभिवादन केलंन्. मी उलट अभिवादन केलं, तशी म्हणाला, "असा एकट्यानं कुटं निगाला?"

"खेराला. सर्वण पुढे गेलाय्."

"तुमच्यासारक्यांनी असं एकटं हतनं जानं बराबर न्हाय. दिसां तर फार धोका न्हाय पन सांज पडली की मंग एकट्यानं न्हाय जावं. कुटं वाटेवर नार भ्येटला मंजी हैरान व्हयाला हुनार!"

"नार? म्हणजे काय?"

"असतंया एक जनावर. दिवसाचं रेताड जमिनीत लपून ऱ्हातंया, रातचं भाईर निगतं. कुत्री, बकऱ्या ओढून न्येणार."

"तुम्ही बिबळ्या वाघाचं म्हणताय् का?"

"बिबळे तर पहिल्यांदा हुते, आतां कुटं हायती? समदे निगून ग्येले. जंगल कापलं न्हवं समदं, मंग बिबळं कुटलं ऱ्हातायं? नार असतुया."

"कसा असतो नार?"

"कोल्ह्यासारकंच, पण त्येच्यापरीस मोटं, मान्साला घाबरत न्हाई, आंगावर येतंय!"

मी तर अशा प्राण्यांबद्दल ऐकलंच नव्हतं. कदाचित् लांडग्याला ही माणसं नार म्हणत असतील, नाहीतर जंगली कुत्र्याला? का तरस असेल? 'बरं, मी सांभाळून राहीन.' असं सांगून मी पुढं निघालो. अशा नीरव एकांतात मला माझ्या नेहमीच्या आयुष्यातला आवाज, गडबड, खूपच तीव्रतेनं आठवतात, पण आता सुरुवातीला

वाटायचं तसं उदास वाटत नाही. का कोण जाणे, पण हळूहळू ह्या प्रचंड जलराशी, हे भीती वाटेल असे अक्राळविक्राळ मोठाले खडक़, धूळ उडवणारा हा किनारा आणि जंगलखात्यातल्या माणसांनी वाढवलेल्या ह्या काटेरी बाभळीच्या रांगा, सगळ्यांशी जणू माझं काही नातं जुळत चाललं आहे. हा सदैव मुक्त, कधी हसणारा खेळणारा, कधी रागानं गर्जना करणारा अन् ओहोटी लागली, की ध्यानस्थ मुनीसारखा शांत बसणारा अचल, सदासत्य समुद्र जणू मला कुठल्या तरी अदृश्य पाशांनी बांधून टाकतो आहे. भरती आली की खाऱ्या पाण्याखाली बुडून जाणारे अन् ओहोटी असली की गोड मधुर पाणी देणारे हे वाळवंटातले झरे! निसर्ग जणू एकामागून एक आपल्या करामती दाखवून मला मोहवून टाकायला बघतोय!

किनाऱ्याचा एक अर्धचंद्र पुरा होतो तेव्हा आपण साधारणपणे दोनेक मैल चाललेलो असतो. तेवढं अंतर कापल्यावर मी खडकांजवळ जाऊन त्यावर चढून मग कबीरावर स्वार झालो. (अजून सरळ टांग मारता येत नव्हती!) कबीरा ओल्या रेतीतनं धावू लागला. आणखी एक अर्धचंद्र आम्ही अर्ध्या तासात पुरा केला. इथून आता खडकांच्या पलीकडे वरच्या वाटेवरनं गेलो तर खेराला लवकर पोचता येईल असा विचार करून मी कबीराला चढावरून वर नेऊ लागलो. खडक माथ्यावर कोणीतरी गात असल्याचा आवाज आला, जरा जवळ गेल्यावर स्पष्ट शब्द ऐकू येऊ लागले.

अंतःपुरान्तर च रीम निहन्त्य बन्धुः
त्वामुव्दहे कथनिमि प्रवदाम्युपायम्।
पूर्वेद्युरस्ति महती कुलदेवियात्रा
यस्या बहिर्नव वधू र्गिरिजामुपेयात्।।

(कदाचित् तुम्ही असं म्हणाल, की (तुझ्या) भावाशी युद्ध करायचं नाही, तर मी अंतः पुरातच पराभव पत्करू काय? उपाय असा, की लग्नाच्या आधी कुलदेवीची पूजा तर झाली पाहिजे, तेव्हा कन्येनं गावाबाहेर जाऊन पार्वतीची पूजा करावी.)

वर चढून बघतो, तो अगदी वरच्या खडकावर एक छोटीशी झोपडी. झोपडीच्या बाहेर आपल्याच तंद्रीत असलेले एक साधूबाबा गात होते. मी थांबलो, तसे म्हणाले, "ये भक्ता, ये." आणि स्वतः उठून उभे राहिले. मनाशी म्हटलं मी 'भक्त' कसा काय ठरलो बुवा! पण काहीच बोललो मात्र नाही. साधूबाबांनी पुढे होऊन मला घोड्यावरून उतरायला मदत केली आणि म्हणतात, "क्यों? भक्त नाव पसंत पडलं नाही वाटतं तुला? मग काय म्हणू? दोस्त बोलू क्यां? कुठे निघालास? खेराला?"

"आपल्याला जे म्हणावसं वाटेल ते म्हणा." मी सांगितलं. "चाललो होतो खेरालाच, तुमचं गाणं ऐकलं न् वरती आलो!"

“खोटं!” हसत हसत साधूबाबा म्हणाले.,

“आपल्याला जे म्हणावसं वाटेल ते म्हणा.” मी सांगितलं.

“गाणं ऐकून वर आलास, का वर आलास तेव्हा गाणं ऐकू आलं?”

“वर येता येता ऐकू आलं पण ऐकलं नसतं तर सबंध दरड चढून वर न येता पलीकडनं जाऊन रस्त्याला लागलो असतो!”

“हां, हां, बरं, बाबा, आता तू काय ह्या संन्याशाला हार जाणार थोडाच?” मनमोकळं हसत ते म्हणाले. “बरं आता सांग, तुला काय आवडलं, गाणं की आवाज?” “दोन्ही. अर्थात् संस्कृत शब्दांचा अर्थ समजतो, नाही असं नाही, पण पुरतं कळायला जरा वेळ लागतो, एवढंच.”

“अच्छा, अच्छा!” बाबाजींनी खूष होऊन टाळी वाजवली. ‘मी म्हणत होतो ना, ते रुक्मिणीस्तवन आहे, ऐकलंय्स आधी कधी?’

“अंहं. आज तुम्हालाच गाताना ऐकलं प्रथम.”

“क्यूं? अवलसे कभी नही सुना? ती तर रोज गाते. तिनंच तर मला सुद्धा शिकवलं.”

अवल हे कोणा स्त्रीचं नाव आहे हे आत्ता समजलं, कोण आहे ही गूढ स्त्री? गेला आठवडाभर मला सकाळ संध्याकाळ वेळच्या वेळी जेवण पाठवतेय्, आणि इथं ह्या अशा प्रदेशात राहून ह्या साधूबाबाला शुद्ध संस्कृत स्तोत्र शिकवतेय्, पण दिसत कुठेच नाही! मग एकदम मला पहिल्या दिवशी जिन्यावर भेटलेली स्त्री आठवली. तीच तर अवल नसेल? भाषा तिचीही शुद्ध होती. ह्या संन्याशाला एखाद्या स्त्रीबद्दल जास्त प्रश्न विचारणं मला योग्य वाटलं नाही म्हणून काही बोललो नाही, पण अवलबद्दलची जिज्ञासा मात्र नक्कीच वाढली.

साधूबाबांनी मला ताक प्यायला दिलं. टेकाडाच्या उताराला गवतानं शाकारलेलं एक खोपट, वरच्या अंगाला एक झोपडी, दोन गाई, एक कमंडलू, ढोलक अन् पेटी एवढीच बाबांची सांसारिक संपत्ती दिसत होती. ह्या वैराण निर्जन स्थळी त्यांचा निर्वाह तरी कसा चालत असेल?

“इथं खूप एकटं वाटत असेल, नाही? रोजच्या रोज तेच अन् तसंच, कंटाळवाणं जगत राहायचं.” माझ्या मनातली ह्या जागेबद्दलची नाराजी मी लपवू शकलो नाही.

“कुठलं एकटं नि कुठलं कंटाळवाणं?” बाबाजी त्यांच्या गुजराती हिंदी मिश्र भाषेत बोलू लागले. “देख, ये जो समंदर है, मैने उसे एकही रूपमें कभी नही देखा, ये तो हर पल नया रूप लेता है! और फिर, - हे दगड, हा रस्ता, झाडं झुडपं, ही माती, हे सगळं जे ह्याक्षणी आहे, ते पुढच्या क्षणी तसंच असतं, असं तुला वाटतं की काय? अरे दोस्त, निसर्ग एकच एक रूप कधीही दाखवत नाही.

क्षणोक्षणी त्याचं रूप बदलत असतं.''

डोक्यात एकदम प्रकाश पडावा तसं वाटलं मला. ह्या उदंड सागराकडे रोज बघत राहूनही मला कंटाळा का येत नाही, ते माझ्या थोडंसं लक्षात आलं. त्याच्या त्या एकामागून एक अविरत येत राहाणाऱ्या लाटा बघायला, मला म्हणून आवडत असणार. त्या टोकाचं त्याचं पाणी ह्या टोकाला आणून पसरणारा आणि इथलं घेऊन जाऊन आणखी कुठल्या अजाण स्थळी शिंपडणारा हा महासागर नित्य नवीन आणि ताजातवानाच असतो.

''न मैं यहाँ अकेला हूँ,'' बाबाजी बोलत होते. ''हा समुद्र, ही वाळू, ही काटेरी बाभूळ, आणि ह्या सगळ्यांच्या वर रात्री आभाळात चमचमणाऱ्या चांदण्या ह्या सगळ्यांशी गप्पा मारायची सवय आहे मला. अरे, ह्यांच्याशी गोष्टी करायला आयुष्य पुरणार नाही, आणि तू म्हणतोयस् मी एकटा आहे? वेडाच की रे तू!''

वेडा मी, का चंद्र चांदण्या न् का बाभळीच्या झाडांशी गप्पा मारणारा हा बाबाजी? दगडाधोंड्याशी गोष्टी करणाऱ्यांबद्दल जी अटकळ बांधायची ती मनाशी बांधून मी जायला निघालो.

खेराला पोचलो तर किनाऱ्यालगत असलेल्या एका विशाल वडाखाली सर्वण आणि सरपंच माझी वाट पाहात होते. 'मी मधे एका साधूबाबांशी बोलत जरा थांबलो म्हणून थोडा उशीर झाला.' मी म्हटलं.

''ओहो! बंगालीबाबा भेटला होय? वाटतो येडा पण माणूस हाये जबरदस्त.''

''ते बंगाली आहेत?''

''आसं म्हंतात सगळीजण की बंगालहून आलाय! वीस वर्सं तरी हितं हाये आता. त्याच्या देशाकडे हलदिया का काय नावाचं गाव हाये, तिथनं आला म्हन्त्यात.''

कोण जाणे काय वेड डोक्यात घेऊन साधूबाबा पूर्वेचा समुद्रकिनारा सोडून इकडे पश्चिम किनाऱ्यावर येऊन राहिला असेल. बंगालीबाबाचे विचार डोक्यात घोळवत मी दुर्बीण उचलली, घोड्याला वडापाशी बांधला अन् आम्ही कामाला लागलो.

खेराहून आल्यावर पहिल्याप्रथम माझी जेवणाखाण्याची व्यवस्थित सोय लावून टाकायचं मी ठरवलं. रविवारी मोजणीच्या कामात ते राहिलंच होतं. अवलचे उपकार रोजच्या जेवणासाठी घ्यायचे म्हणजे तिचीच सत्ता इथं चालत असल्यासारखं वाटत होतं. ''चौकीदार, उद्या टपाल अन् शिधासामान आणायला जा. वाटलं तर पटवाहून कोणाला तरी बरोबर घेऊन जा'' असं सांगून मी झोपायला गेलो.

उद्या दुपारचं तेवढं जेवण मला अवलनं पाठवलेलं खावं लागेल. उद्या सर्वण पण नसेल म्हणजे अवल स्वतःच जेवण घेऊन येईल, तेव्हाच तिचे आभारही

मानून टाकावे. झाल्या दिवसांचा हिशोबही देऊन टाकावा म्हणजे अवल कांड समाप्त! का कोण जाणे, पण इथली सगळीजणं जितक्या आदरानं तिचा उल्लेख करतात तितका तिच्याबद्दल माझ्या मनात रोष वाढत चाललाय. बराच वेळ पडल्या पडल्या ह्याबद्दल मी विचार करत राहिलो अन् केव्हातरी झोप लागली. दुसऱ्या दिवशी दुपारी, पहिल्या दिवशी जिन्यावर हातात झाडू घेतलेली जी स्त्री भेटली होती तीच, पदराखाली झाकलेली जेवणाची थाळी घेऊन आली. थाळी टेबलावर ठेवून मग तिनं पदराचं टोक परत कंबरेभोवती खोचलं. मी माझ्या ऑफिसातनं तिच्याकडेच बघत होतो हे तिला माहीत नव्हतं. ती जायला वळली तेव्हा मी ऑफिसातनं बाहेर आलो. "एक मिनिट" मी घाईघाईनं तिला थांबवलं आणि आत माझ्या खोलीत गेलो. ती पायऱ्यांवर उभी राहिली. "तुम्हीच अवल ना?" मी ओसरीवर जाताजाता विचारलं, आणि खुर्चीवर जाऊन बसलो. ओसरीवर येऊन ती खांबाला टेकून हात बांधून ताठ उभी राह्यली. काहीच बोलली नाही. फक्त थोडंसं स्मित केलंन्. जणू तिला म्हणायचं होतं, 'हो, मीच अवल, काय म्हणणं आहे तुमचं?'

"मी चौकीदाराला आज शिधा आणायला पाठवलंय." मी सांगू लागलो, अन तिच्या डोळ्यातला भाव बदलला. बहुतेक सर्वण गेलाय हे तिला ठाऊक होतं. मी दुर्लक्ष करत पुढे बोलू लागलो, "संध्याकाळपर्यंत सगळं सामान येऊन जाईल. आजपर्यंत तुम्ही माझ्यासाठी खूप त्रास घेतलात, व्यवस्थित सगळं केलंत. आता सामान आलं म्हणजे माझ्यापुरतं मी स्वत: करत जाईन. तुम्हाला त्रास द्यावा लागतो ते मला आवडत नाही." एवढं बोललो खरा, पण प्रयत्न करूनही तिच्यासमोर पैशांच्या हिशोबाचं बोलायला मला धजावेना.

एक शब्दही न बोलता तिनं सगळं ऐकून घेतलं. थोडा वेळ जमिनीकडे बघत उभी राह्यली आणि काहीही उत्तर न देता तिथून निघून गेली. मला वाटलं, चला, आता माझ्या कारभारात उगीच ढवळाढवळ करण्याची हिंमत ही करणार नाही.

संध्याकाळी पाचाच्या सुमाराला अचानक सबूर माझ्या खोलीवर आला. "अरे सबूर! तू कसा एकदम आलास? गेला होतास कुठे इतके दिवस?" खिशातनं पाचाची नोट काढून मी त्याच्यासमोर धरली. आठ दिवस तो कुठे गायब झाला होता त्याचा काहीही खुलासा सबूरनं केला नाही. पैसे घेतलेन्, मग खिशातनं एक कागद काढून माझ्यासमोर धरला. "हे तुझं बिल" किराणा मालाचं आणि भाजीपाल्याचं बिल सबूरच्या हातात बघून लक्षात आलं की सर्वण ह्याला शहरात घेऊन गेला असणार. "सर्वण कुठाय? अन तू कुठून आलास?"

"चौकीदार मला संगती घ्येऊन ग्येला हुता, तो उंद्याच्याला टपाल घिऊन येईल, मला सामान घ्येऊन फुडं पाठिवलन्."

"आहे कुठे पण हे सामान? गाडं आणलंय का?" मी बाहेर नजर टाकत विचारलं.

"गाडं आनलं व्हतं, ते ग्येलं बी परतून. आन् सामान समदं अवलनं उतरून घ्येतलं." सबूर म्हणाला, तशी माझा संयम संपला. समुद्राची मोठ्ठी लाट डोक्यावर आपटावी तसा माझा माझ्यावरचा ताबा सुटला, "तू आत्ताच्या आत्ता जा, अन् सगळं सामान वाडीवरनं इथं घेऊन ये."

सबूर खुळ्यासारखा माझ्याकडे जरा वेळ बघत राहिला. मग भराभरा निघून गेला. जराशानं परत आला न् म्हणाला, "अवल म्हंतीया की रातचं जेवन द्यायाला यील तवा काय सांगायचं असंल ते सांग." मी वैतागलो. जाऊं दे. नाहीतरी आत्ता थोड्या वेळात संध्याकाळ होईलच. आज ह्या अपमानाचा हिशोब पुरता करून टाकीन. कामात मात्र माझं लक्ष लागेना, मग लक्षात आलं, की अवल येण्याची मी कळत न कळत वाट बघत होतो.

चांदण्याच्या प्रकाशात निर्धारानं पावलं टाकीत अवल दरवाजातनं आत आली. तशाच स्थिरपणानं तिनं अंगण ओलांडलं आणि क्वार्टरच्या पायऱ्या चढून कंदिलाच्या उजेडात आली; थाळी टेबलावर ठेवलीन् आणि शांतपणे खांबाशी जाऊन उभी राहिली. कंदिलाच्या पिवळ्या उजेडात तिचा शांत, निश्चयी चेहरा उठून दिसत होता.

"मी सांगितलं होतं ना?" मी जरा कठोर आवाजात बोलायचा प्रयत्न केला. "की माझं मी बनवून खात जाईन? मग शिधा तिकडे का उतरवून घेतला?" जाणून बुजून मी तुम्ही किंवा तू म्हणायचं टाळलं. अवल उत्तर न देता परत जायला वळली तशी माझी सहनशक्ती संपुष्टात आली आणि मी एकदम बोलून गेलो, "सहा सहा दिवस रोज रोज भाकरी न् कांद्याची भाजी खाऊन कंटाळून गेलोय, आता मला वाटेल ते मी करून खाईन."

पायऱ्या उतरायला जाताजाता अवल एकदम थांबली न माझ्याकडे वळली. क्षणभरच तिचे डोळे लखलखले आणि लगेच परत निवळले. मला मात्र जाणवलं की मी अवलला खोल कुठेतरी दुखवलंय. ताडदिशी उलट उत्तर देणारी माणसं कधीकधी थोडंही समजावू शकत नाहीत, पण तेच काही माणसं गप्प राहून पूर्णपणे समजावू शकतात. अवलकडे नुसतं बघून मी समजून चुकलो, की तिच्या घरात मला जेवण पाठवायला भाकरी न कांदा सोडून काही नव्हतंच! माझ्या हे आधी का नाही लक्षात आलं?

त्या चांदण्या रात्री, एका एकट्या, अनोळखी स्त्रीला, तिचं म्हणणं ऐकूनही न घेता, आपल्याच गुर्मीत मी जे बोललो, त्याबद्दल मला आयुष्यभर खंत वाटत राहील. अवल दोन चार क्षण टक लावून माझ्याकडे पाहात राहिली. मी अवघडून संकोचून खाली बघत राहिलो. बऱ्याच वेळानं डोकं वर करून पाहिलं तर अवल मागे वळून परत जात होती. चांदण्याचा लखलखाटही मंद झाला होता.

कितीतरी वेळ मी आरामखुर्चीत गप्प पडून होतो. सबूर पांघरुण करायला

आला तेव्हा त्यानं थाळी ठेवलेलं टेबल माझ्यापुढे आणून ठेवलं, टांगलेला कंदील आणून मला जेवायला दिसेल अशा रितीनं जवळ ठेवला न् तो निघून गेला. मी वरचं झाकण काढलं तेव्हां दिसलं की थाळीत पोळी, खिचडी, कढी, भाजी, तूपगूळ असं सारं जेवणं होतं! मला खात्री वाटली, की त्या साऱ्या प्रदेशात, आसपासच्या मैलोगणती परिसरात मी सोडून कुणालाही असं सर्व जेवण मिळत नसणार!

मला वाटलं, सकाळी उजाडत अवल माझ्या शिध्याची सगळी पुडकी न पुड्या माझ्या अंगणात आणून फेकेल अन् म्हणेल, "घे, तुझा शिधा, न् खा काय खायचंय ते!" पण तसं काही झालं नाही. सकाळी रोजच्यासारखा चहा आला, ऑफिस उघडलं गेलं, दुपारचं जेवण आलं, रात्री सर्वण परत आला तो जेवण घेऊन आला. सगळं नेहेमीसारखंच झालं आणि मग माझी खात्री झाली की आता मी इथे असेपर्यंत हे असंच चालणार आहे!

जूनच्या सुरुवातीलाच पाऊस झाला. पाऊस पडला त्याच्या दुसऱ्याच दिवशी नूरभाई हजर! मागे भेटला होता त्यानंतर एखादा महिना उलटला होता. "साहेब, जाऊ या का फिरायला?" त्यानं विचारलं. "चला" मी म्हटलं. नाहीतरी मे महिन्याच्या उन्हात जमिनीची मोजणी करून करून मी कंटाळलो होतो. पाऊस पडला तेव्हा कबीराला घेऊन दूर रपेट करून यायची इच्छा मलाही झालीच होती. तेव्हा आम्ही निघालोच. दोन तीन तास ढगांच्या छायेखाली त्या सकाळी आम्ही खूप हिंडलो. नूरभाईनं दुसरे दोन तीन नवे पक्षी दाखवले. त्याच्या लाडक्या बाभळींची रांग आता स्वच्छ धुतली गेल्यानं हिरवीगार, ताजी टवटवीत दिसत होती. अकराच्या सुमाराला नूरभाई परत जायला निघाला. "दूधराज केव्हा दिसेल?" परत फिरता फिरता मी विचारलं. "तो दिसला तर अल्लाची मेहेरबानी होईल म्हणायचं! बापजी, त्याला हवं तसं जंगल आता इथं कुठून आणायचं? होतं एके काळी. मी एवढासा लहान होतो तेव्हा दूधराज बघितल्याचं आठवतंय."

नूरभाईनं ही सगळी माहिती कुठून मिळवली ते विचारायचं राहून गेलं. मी परत आलो तो हवेलीपाशी सबूर माझी वाट बघत असल्यासारखा बाहेरच्या दरवाज्याशी बसला होता. मी घोड्यावरनं उतरलो तशी लगेच पुढे आला. माझ्या हातून लगाम घेऊन त्यानं घोड्याला मोकळा केला, त्याच्या जागेवर नेऊन बांधला, चारा घातला आणि पायऱ्यांशी येऊन उभा राहिला. माझे कपडे तोवर बदलून झाले होते. "काय रे? काम आहे का काही?" मी विचारलं. कामाशिवाय तो दिसणं कठीणच. माणसांना टाळायचा त्याचा स्वभाव मला खुपायचा.

"तू जमीन विकणारेस?" त्यानं लगेचच म्हटलं. त्याच्या सुरावरनं त्याला खात्रीलायक बातमी मिळाली होती, की मी इथली जमीन विकणार होतो. प्रश्नचिन्ह

नव्हतंच, पूर्णविराम होता वाक्याला. "शेती करायची आहे." दुसरं पूर्णविरामी वाक्य.

"हे तुला कुणी सांगितलं?"

"सर्वण म्हणत होता, आणि तू आलास की तुला भेट म्हणाला." मी जरासा वैतागलो. ह्या गळेपडू गावंढळ माणसाचा गैरसमज दूर करायलाच हवा. "हे बघ सबूर, तुला वाटतंय तसं नाही. जमीन सरकारी आहे आणि इथं कारखाना उभा करायसाठी चांगली जागा आहे असं सरकारला सांगायचं, हे माझं काम आहे. मी जमीन विकणार नाहीये." माझं खरं काम काय आहे हे ह्या अडाणी न आडमुठ्या मुलाला समजेल अशा भाषेत त्याला जवळ बोलावून मी सांगणार, तो सबूर पुढे काहीही न बोलता, न सांगता, एकदम तिथून निघूनच गेला. "अरे सबूर, ऐक तर," मी हाका मारल्या. पण तो थांबलाच नाही. सर्वण आला तेव्हा मी त्याला दरडावलं, "तुला रे कोणी सांगितलं मी ही जमीन विकणार आहे म्हणून? तुला ठाऊक नाही का आपण काय काम करतो आहोत ते?"

"मी कुठं असं म्हटलं?" घाबरून सर्वणनं स्वतःचा बचाव करायचा प्रयत्न केला.

"काय रे? आँ? खोटं बोलतोस आणि वर?" मी कडक सुरात बोलत राहिलो, "सबूरला काय सांगितलंस तू?" माझ्याच चौकीदारानं अशा वावड्या उठवायला सुरुवात केली तर ह्या अफवा खूपच पसरतील आणि माझं काम कठीण होऊन बसेल. साहजिकच मला ते नको होतं.

सर्वण दुखावला, गप्प झाला, मग जराशानं म्हणाला, "सबूरिया पण चक्रम आहे. त्याचा बाप सारा जन्म जमिनीसाठी जीव टाकत शेवटी मेला. तेच वेड आता ह्याच्या डोक्यात घुसलंय. दोन आण्याची पण अक्कल नाही, मजूर तो मजूर लेकाचा..."

"अरे पण त्याची अशी समजूत होईल अशी खोटी आश्वासनं द्यायची तुला काही जरूर?"

"जमीन घ्यायचा ध्यास त्याला लहानपणापास्नं आहेच, खिशात दमडी नसंना का, सरकारी जमीन तर मिळालीच पाहिजे का नाही असा वाद घालत राहातो. त्यात आपल्याला खेराला मोजणी करताना बगितलनं ना, तवापास्न मागं लागलाय माज्या."

"पण तू सांगितलं नाहीस त्याला की केमिकल झोन करायचाय त्या जागेचा. त्यासाठी मोजणी चाललीय म्हणून?"

"सांगितलं हुतं, पण गरीन बलेटाचं (ग्रीन बेल्टचं) ऐकलं नं, तवापास्नं जळूसारखा चिकटलाय मला"

"असं असं!" आता माझ्या डोक्यात प्रकाश पडला. इथं केमिकल झोन करायचा, त्याच्या चारी बाजूला झाडं लावून 'ग्रीन बेल्ट' करायचं काम प्रथम हाती घ्यायचं होतं अन् ते कामही माझ्याच हाती होतं.

सर्वण पुढं म्हणाला, "ह्या बाबतीत काही करता आलं तर बघू, असं म्हटलं

होतं मी सबूरियाला. त्या येड्याला काही समजलं नाही आन् सरळ येऊन तुमच्यापर्यंत ठेपला!'' मी काहीच बोललो नाही. सर्वण माझ्याकडे अपेक्षेनं बघत राहिला. ''बरं, बरं, विचार करेन. पण आत्ताच लगेच तू सबूरला काही सांगू नकोस.''

''नाही सांगणार. मी ओळखून आहे ना त्याला! बाप मेला तेव्हा तर्पण करतानासुद्धा सबूरिया बोललाय की काय वाट्टंल ते झालं तरी तलाठ्याच्या चोपडीमंदी तो स्वतःचं नाव दाखल करूनच ऱ्हाईल.'' (जमीन मालक म्हणून)

सबूर मला आवडायचा पण थोडा त्याचा रागही येई. त्याच्यासारखा तरणाताठा मुलगा, अन असा बिनडोक, जरा आळशी आणि एवढ्या तेवढ्यानं चिडून निघून जाणारा, हे मला आवडत नसे. एवढं मनाशी ठरवलं की त्याला जमीन मिळवून द्यायचा प्रयत्न नक्कीच करायचा.

त्या संध्याकाळीच मी नकाशे काढले. त्यावर 'ग्रीन बेल्ट'च्या खुणा केल्या आणि वरच्या कचेरीकडे मंजुरीसाठी पाठवून दिले. संपूर्ण विस्ताराच्या भोवताली चारी बाजूंनी हिरव्यागार वृक्षांचा विशाल पट्टा होईल. बावीस किलोमीटर लांबीचं अनं एखाद्या किलोमीटर रुंदीचं जंगल परत ह्या रेताड जमिनीच्या भोवती उभं राहिल ह्या विचारानं रोमांचित झालो. पण एवढी ही जमीन घेणारी, त्यात शेती, वृक्ष वाढवायचं काम करणारी माणसं ह्या उजाड प्रदेशात आहेतच कुठं? जरूर ती साधनसंपत्ती आहे कुठे कुणाकडे? पण हा सगळा विचार करायचं काम माझं नाही. मी शेतकऱ्यांना झाडं लावायची द्यायची जमीन हिरव्या रंगात दाखवली आणि केमिकल झोनचा प्लॅन पाठवायच्या आधी 'ग्रीन बेल्ट'चा प्लॅन पाठवून दिला. मी खूष झालो.

पावसाळा संपला. दिवाळी होऊन गेली. सबूर त्या दिवशी जो निघून गेला, तो परत आलाच नाही. सर्वण चौकीदाराला एकदोनदा त्याच्याबद्दल विचारलं, पण काम मिळेल तिकडं जाणाऱ्या, ह्या घरदार, ठावठिकाणा नसलेल्या माणसाबद्दल नक्की काहीच माहिती त्यालाही नव्हती. मीही आपल्या कामात व्यग्र होतो.

डिसेंबरअखेर नकाशे मंजूर होऊन आले. जो विचार सूचना पाठवताना माझ्या मनात होता तोच ह्या वरिष्ठ कमिटीच्या लोकांच्याही मनात आला असावा. ग्रीन बेल्ट सर्व मंजूर झाला, पण ती झाडं लावायचं-वाढवायचं काम सरकारी जंगलखात्याकडे सोपवण्यात आलं होतं. बाभूळ, सुरू आणि अशीच दुसरी हलक्या प्रकारची झाडं लावायची होती. मी सर्व कागद परत परत नीट पाहिले. इस्टेट बंगल्याच्या दक्षिणेकडच्या समुद्रतटाकडचा फक्त तीनेक एकर विस्तार. जंगलखात्याकडे दिलेला नाही, मला सोपवला आहे. दक्षिण सीमा मी पाहिली नाहीये, त्या बाजूला थेट मोठ्या बंदरापर्यंत एकही खेडं नाही. मी ही जमीन बघून यायचं ठरवलं. सर्वण आठवड्याची रजा घेऊन त्याच्या गावी गेला होता. तो आला की लगेच जायचं

असा विचार पक्का केला.

पाठवायचं टपाल बरंच साठलंय. नूरभाईला सांगितलंय कुणा येणाऱ्या जाणाऱ्याला पत्रं घेऊन जायला पाठवा म्हणून. पत्र तर पाठवून द्यायलाच हवी होती. कोणीतरी येईलच म्हणून मी वाट बघत होतो, आणि एके दिवशी दुपारी सबूर दरवाज्यापाशी अचानक दिसला. खाली मान घालून तो माझ्या ऑफिसच्या बाहेर उभा राहिला.

"कुठे होतास रे? किती किती दिवस दिसतच नाहीस?" दर वेळचा प्रश्न मी परत विचारला.

"बेलामधे कामाला ग्येलोवतो. नूरभाईनं पाटवलं."

"टपाल घेऊन जायचंय, तालुक्याच्या गावी. जाशील?" त्यानं होकारार्थी मान हलवली.

"हे बघ सबूर," एकदम मला वाटलं की आनंदाची बातमी त्याला सांगून टाकावी. "बरं का, तू जमिनीसाठी एक अर्ज लिहून मला दे."

"आत्ता?" त्याच्या सुरातनं आनंद ओसंडत होता.

"अंहं, आत्ताच नाही. अजून तर मला जमीन बघायला दक्षिणेकडे शेवटपर्यंत जाऊन यायचंय. सर्वण आला की जाईन. पण तू येऊन भेटत राहा. परत गायब होऊ नको."

"चौकीदार नसला तर मी येऊ बरोबर त्येच्या बदलीचा?" सबूरला आता धीर निघेना. मलाही वाटलं की चौकीदार झाला तरी साखळ्या बांधा, स्टँड लावा जागेवर, ह्याखेरीज काय करतो? तेवढं तर सबूर पण करू शकेल.

"बरं, उद्या सकाळी ये. आपण पहिल्यांदा जाऊन येऊ जमीन बघायला. मग तू टपाल घेऊन तालुक्याला जा." सबूरला गदगदून आलं. काही बोलू बघितलंन पण बोलवेना. मग एकदम खाली मान घालून तो बाहेर निघून गेला.

सकाळी उठतोय न उठतोय तेवढ्यात अवल येताना दिसली. क्वचितच माझ्या क्वार्टरकडे फिरकणारी अवल आज भल्या सकाळी येताना बघून नवल वाटलं. ओसरीवर आली न म्हणाली, "कशाला हो पाप मारताय माझ्या माथी?"

"आँ? मी? काय केलं काय मी?" मला काहीच उमजेना. "काय उगीच तणतणतेयस?"

"मग? का नको तणतणू? सबूरिया रात्रीचा राहाणार आहे हे मला कळवायला नको होतं? आजपर्यंत कधीही कोणीही ह्या हवेलीवर उपाशी झोपलेलं नाही!"

"पण मी त्याला रात्री इथं थांबवून घेतलाच नव्हता."

"तुम्हाला जसा काही सबूरचा स्वभाव ठाऊकच नाही! जमिनीचं समजल्यावर तो घरी जाऊन निवांत झोपेलसं वाटलं तुम्हाला? रात्रभर बसलाय दरवाज्याबाहेर!" अवलच्या स्वरात जरा रोष होता.

"बरं, बरं. आता तू म्हणत असशील तर त्याला बोलावून माफी मागतो, आणखी काय करणार?" मी थट्टेनं म्हटलं.

"तुमच्यासमोर एवढं चालत असतं माझं, तर मग काय हवं होतं?"

"बरं, आता त्याला खाऊ घालायचं तर घाल, मग लगेच निघायचंय आम्हाला."

"त्यासाठी मला तुमची परवानगी लागत नाही. बसलाय तो खाणंपिणं उरकून. तुमचं उरकलं की निघायची वाट बघतोय." अवल निघून गेली.

मी सबूरला हाक मारून बोलावून घेतलं, कचेरीच्या किल्ल्या दिल्या न सांगितलं, "तू स्टँड आणि साखळ्या घेऊन निघ, मी खिळे न दुर्बीण घेऊन येतोच."

"कुठपर्यंत जाऊ?"

"तू किनाऱ्याकिनाऱ्यानं चालायला लाग. अर्ध अंतर जातोयस तोवर मी येऊन पोचेनच." सबूर गेला. मग मी नकाशात मला कुठपर्यंत जायचंय ते बघायला बसलो. नक्की काहीच खाणाखुणा नव्हत्या, त्यामुळे आमची सीमा दक्षिणेला कुठपर्यंत आहे ते कळत नव्हतं. थोडी जुनी दप्तरं पाहिली. बराच वेळ गेला असावा. एकाएकी अवल परत आली. तेव्हा वेळेकडे लक्ष गेलं.

"तुम्ही अजून गेला नाहीत? तो वाट बघत असंल."

"नकाशे बघत बसलो आणि वेळेचं भान राहिलं नाही. तो येडा मला वाटतं एव्हाना थेट मोठ्या बंदरापर्यंत जाऊन पोचला असेल!"

"तुम्ही निघा. तो रुक्मिपाणाच्या पुढे नाही जायचा. मी सांगितलंय त्याला तिथे थांबायला. आपली हद्द तिथपर्यंत आहे."

"अरे वा! इथे तर दगडांनासुद्धा नावं आहेत म्हणायची! हे नाव तू ठेवलंयस का तुझ्या बंगाली शिष्यानं?" नकाशे गुंडाळता[२] हसत मी विचारलं.

"मी कशाचं नावबिव नाही ठेवत. भगवान कृष्ण रुक्मिणीचं हरण करून तिला घेऊन जात होते, तेव्हा रुक्मीनं त्यांना तिथं अडवलं होतं. त्या जागी रुक्मी कृष्णाबरोबर युद्धात हरला, म्हणून त्या जागेला रुक्मिपाणो म्हणतात."

"अच्छा? कृष्ण इथून गेले होते? मग तुझ्या मळ्यावर नक्की थांबले असतील वाटेत?" मला थट्टा करायची लहर आली होती.

"नसेल विश्वास तर नका खरं मानू. पण उगीच का इथं गोड पाण्याचे इतके झरे सापडतात? अन् रुक्मिपाणाच्या पाठीमागच्या बाजूला तर चक्क समुद्रातच गोड्या पाण्याचे सात झरे आहेत!" बोलता बोलता ती परत जायला वळली. "आता निघा लवकर तुम्ही. बंगला झाडून थाळी ठेवून जाईन मी."

"जातो जातो." कबीरावर खोगीर चढवता चढवता माझी थट्टा चालूच होती. "आणि तू सांगतेयस ते खरं मानायला तयार आहे ना मी. तुझा भगवान जिथं जिथं आला होता, तिथं तिथं. . ." माझं वाक्य पुरं होईपर्यंत दूर गेलेल्या अवलनं मागं

वळून कानांवर हात ठेवले आणि मग हातानंच मला "निघा." अशी खूण करून ती हवेलीकडे निघून गेली.

दक्षिण सीमेच्या टोकाला पोचायला जवळजवळ दोन तास लागले. एका खूप मोठ्या खडकाळ टेकाडाच्या उंच टोकावर सबूर बसला होता. मी कबीराला किनाऱ्यावरून वरच्या रस्त्याकडे घेतला. वर पोचलो तशी हबकलोच! इथं मातीचं नामोनिशाण नाही. चांगला तीन चार एकरांचा आसपासचा परिसर काळाकुट्ट गुळगुळीत खडक आहे. त्याच्या समुद्राच्या बाजूच्या टोकावर बसून सबूर माझी वाट पाहात होता. मी नकाशा त्या दगडांवर पसरला, बारकाईनं नीट बघितला, आणि माझ्या लक्षात आलं, की दक्षिण सीमेवरची जी जमीन जंगल खात्याला सोपवण्यात आलेली नाही, ती हीच जमीन! जमीन? तीन चार एकर विस्ताराचा प्रचंड, काळा, सपाट खडक!

ह्या जागी एके काळी रुक्मीला वाटलं असेल त्याहूनही जास्त पराजित, असहाय्य आज मला वाटतंय. अशा परिस्थितीला आजवर मला कधी तोंड देण्याची वेळ आलेली नाही! सबूरला काय सांगू? त्याला जमीन देण्याचं आश्वासन देऊन हा खडक जमीन म्हणून त्याला मी देऊ केला तर त्याला काय वाटेल? ह्या क्रूर थट्टेबद्दल तो मला कधीही माफ करणार नाही. अति उत्साहाच्या भरात निष्काळजी राहून मी सबूरचा विश्वासघात केलाय असंच मला वाटायला लागलं. मी त्याला जवळ बोलावलं, आणि सगळं धैर्य एकवटून म्हणालो, "सबूर, माझी काहीतरी चूक झालीय. मी ही जागा या आधी कधी पाहिलीच नव्हती. जी जमीन देणं माझ्या अधिकारात आहे–" मी घसा साफ केला अन् दुसरीकडे तोंड करून कसंबसं वाक्य पुरं केलं, "ती म्हणजे हा खडक आहे, बाकीची सगळी जमीन जंगलखात्याला दिली गेली आहे."

मला वाटलं होतं, की सबूर उभा होईल आणि चालता होईल. पण अगदी सहजतेनं तो म्हणाला, "मग? कावडी वहायची मजुरी करायला नको असेल तर अशी जमीनसुद्धा चालेलच ना?"

"अरे, पण–" मी आश्चर्यानं त्याच्याकडे बघत काही बोलणार तेवढ्यात माझ्या लक्षात आलं की सत्य स्थिती सबूरच्या लक्षातच आली नसणार, आणि मी समजावून सांगून समजणार पण नाही. ते काम जगात कोणाला जमण्यासारखं असलं, तर अवललाच, बाकी कोणाला नाही!

मी जरा विचार केला, मग आलोच आहे तर मोजणी करून टाकावी म्हणून त्याला म्हटलं, "चल, मोजून तर घेऊ." मग काम उरकून घरी पोचल्यावर मी परत सबूरला समजावयाला लागलो.

"सबूर, पैसे न मोजता चांगली जमीन मिळत नाही हे तर खरंच, पण तिथं

तर नुसता खडक आहे, जमीन नाहीच आहे, आणि वर परत तुला जमीन दिली तर तू त्यात झाडं लावली पाहिजेस अशी अट सरकार घालणार. तिथं तू दगडाची खाण करायची म्हटलंस तरी होणार नाही.'' मी शक्य तितक्या सरळ नि सोप्या भाषेत त्याला समजावून सांगायचा प्रयत्न करत होतो.

''पन मला ह्यो पत्थर घ्यायाला ना न्हाय तर सरकार कशापाई न्हाय देणार?'' तो अडेलतट्टूपणा करत राहिला. मीही जरा चिडलो. पण रागावर संयम ठेवत म्हटलं, ''हे बघ सबूर, मी तुला पैशांची थोडी मदत करतो. शेती करता येईल एवढी जरी नाही तरी तुझं घर होईल आणि थोडा भाजीपाला लावता येईल एवढी जमीन मी तुला माझ्या पैशानं घेऊन दिली, तर?''

आता सबूर काहीच न बोलता खाली बघत गप्प बसून राहिला. मग उभा होत म्हणाला, ''टपाल दे, घेऊन जातो.''

मी मुकाट्यानंच त्याला टपाल नि थोडे पैसे दिले. जड पावलांनी तो जायला निघाला. दरवाजाशी गेला न तिथं जरा थांबला. मला वाटलं तो रडतोय. त्याचं सांत्वन करण्याची हिंमत माझ्यात उरली नव्हती.

अवल थाळी घेऊन आली आणि थांबली. मी दिवसभरातल्या घटनांनी थकून, निराश होऊन, आरामखुर्चीत पडून होतो. पण अवल थांबली म्हणून मी उभा झालो.

''काय झालं? काम आहे काही?''

''सबूरला जमीन नाही मिळणार?'' तिच्या ह्या प्रश्नाला सरकारी कामात ढवळाढवळ म्हणता येईल का नाही असा मनातल्या मनात विचार करत मी सांगितलं,

''तुला काही ठाऊक तरी आहे? तिथं निव्वळ खडक आहे. उगीच बघितल्याशिवाय बोल बोल करू नको!'' सबूरवरचा (का मग स्वतःवरचाच, कोण जाणे!) राग मी तिच्यावर काढला.

''बघितल्याशिवाय बोलत नाहीये मी. मला ठाऊक आहे तुम्ही रुक्मीपाण्याची मोजणी करून आलायत ते.'' अवल माझ्यासमोर जमिनीवर बसता बसता म्हणाली,

''आणि तुमच्या त्या सरकारी कागदपत्रात नसेलही मला काही समजत पण मी एवढंच सांगायला इथं बसली आहे, की तुमच्या हातात असलं देणं, अन तुम्ही तो खडक त्याला दिलात, तर सरकार मधे पडणार नाहीये. दिलात त्याला, तर तो खडकसुद्धा कायम तुमची आठवण ठेवेल!''

हसावं का रडावं मला कळेना. खडक माझी आठवण ठेवणार होता की नाही कोण जाणे, पण माझ्या आठवणीत तो खडक कायम राहाणार होता!

''पण अवल, तू समजूत घाल ना त्याची.'' मी माझी बाजू मांडू लागलो.

''मी तुम्हाला समजावून सांगू, का त्या बिचाऱ्या अडाणी गोळ्याला? ती जमीन सबूरला बोलवत असेल, साद घालत असेल, म्हणूनच असं सगळं घडून आलं!''

कोण जाणे ह्या कुठल्या कसल्या प्रदेशात येऊन पडलोय मी? इथं जमीन साद घालते, माणसं ती ऐकतात, खडक आठवण ठेवतात, माणसं विसरून जातात! कित्येक हजारो वर्षांपूर्वी एका राजकन्येचं हरण करून श्रीकृष्ण इथून गेले म्हणून आजतागायत इथं समुद्रात गोड पाण्याचे झरे आहेत! दंतकथांच्या ह्या देशात मी हरवून जाण्यापूर्वी हे कामच सोडून निघून गेलेलं बरं!

मी चिडून म्हटलं, "अग अवल, तुला समजत कसं नाही? बारा महिने धो धो पाऊस पडला, तरी गवताचं एक पातंसुद्धा तिथं उगवणार नाही. असा खडक घेऊन करणार आहे काय तो?"

अवल एकदम उठून उभी राहिली. "अहो, मरेल! डोकं फोडून घेईल त्या खडकावर. त्याची चिंता करायची तुम्हाला काय जरूर?" ती जायला निघाली. पायऱ्या उतरता उतरता जरा थबकून माझ्याकडे न बघताच, भरून आलेल्या आवाजात म्हणाली, "त्या जमिनीवर काम करून मेला तरी सबूर आनंदानं मरेल." मग काहीतरी रहस्य उलगडत असेल तसं म्हणाली, "आणि कोणास ठाऊक, जे आपल्याला उमजत नाही असं काही त्याला येत असेल!" आणि ती निघून गेली.

मलाही मग वाटलं, एका अशिक्षित, गरीब जीवाची फक्त तलाठ्याच्या वहीत आपलं नाव असावं एवढीच दुर्दम्य इच्छा असेल, वडिलांच्या मृत्युसमयी केलेली प्रतिज्ञा जर तेवढ्यानं पुरी होत असेल, तर तेवढी मदत मी केली पाहिजे. अवल दरवाजापर्यंत पोचायच्या आत मी म्हटलं,

"अवल, सबूर आला की त्याच्याकडनं अर्ज लिहून घे." अवल थांबली, हसतमुखानं परत आली आणि म्हणाली,

"काय लिहायचंय? मी लिहिते, आणि तो परत आला, की त्याचा अंगठा घेऊ त्याच्यावर." मलाही हंसू आलं.

"बरं, जा तू. अर्जपण मीच लिहीन. बस? तेही काम आता माझ्या माथीच. होय ना?"

अवल आनंदानं जवळजवळ पळतच परत गेली. मी अर्ज लिहिला आणि सबूर आला की त्याचा अंगठा घ्यायला मी मळ्यावर जाऊन तो अवलला देऊन आलो.

"हं, हां घे, सबूरचा अंगठा घे त्याच्यावर आणि म्हणावं, आता याच्याहून जास्त माझ्यानं काही होणार नाही; उगाच माझ्यामागे नको लागू म्हणावं."

"केल्याची जाण मनात ठेवली तर त्याचं फळ मिळत नाही." अवल म्हणाली. "आणि सबूर मुळीच तुमच्या मागे नाही लागणार. तुम्ही बोलावेपर्यंत तुमच्या दाराशीसुद्धा त्याला येऊ देणार नाही, बास?" अवल असं बोलली ते मला जराही आवडलं नाही. हे म्हणजे उपकाराची फेड अपकारानं केल्यासारखं झालं. पण मीही मग पुढे काही न बोलता परत आलो आणि माझ्या कामात बुडून गेलो.

सबूरला रुक्मीपाणा दिल्यावरही माझ्या मनातली असंतुष्ट भावना अजून जात नाही. मला नेमून दिलेलं काम करायला बसलो की अस्वस्थ वाटायला लागतं. ह्या वैराण प्रदेशात रसयानक्षेत्र बनवायचं पण त्यात ह्या भूमीला, येथील पर्यावरण आणि येथील माणसं ह्यांना कमीत कमी धक्का पोचेल, कमीत कमी नुकसान होईल असा अहवाल मला तयार करायचा आहे.

ऑफिसात काही लिहीत बसलो असलो, तर लिहायचं राहातं बाजूला, आणि मी समुद्राकडंच लांबवर टक लावून बघत राहातो. खूप दूर दूर क्षितिजावर एक काळी रेघ मारल्यासारखी दिसते, तो एक बेट टापू आहे. मला तिथे जावंसं वाटतं. सध्या तर खेराची मोजणी चाललीय. एप्रिलअखेर ते काम पूर्ण करायचं मी ठरवलंय. मग त्या टापूवर जायचा विचार आहे. इथे कारखाने स्थापन झाले, तर गोडं पाणी ह्या टापूवरनंच घेण्याची योजना आहे. मोठमोठी यंत्रसामुग्री बसवून समुद्राचं पाणी गोडं करून, समुद्रात पाईपलाइन टाकून ते पाणी बेटावरनं इकडे आणायची एक योजना आहे.

पण सध्याच्या घटकेला त्या बेट टापूवर कसं जाता येईल, ह्या जलप्रवासाचं साधन काय, ह्याबद्दल मला काहीच माहिती नाही. कदाचित मोठ्या बंदरावर जाऊन जावं लागत असेल. आज खेराला गेलो होतो तेव्हा सरपंचांना विचारलं,

"मुखी, बेटावर जावं म्हणतोय, कसं जायचं?"

"श्याल माथ्याला जायचंय?" मुखी जरा विचारात पडले. गावातली दोनतीन माणसं बसलेली होती चावडीवर. एकजण म्हणाला,

"तुम्ही आलात तिथून मचवा मिळेल." मुखीनं डोकं हलवलं.

"न्हाय न्हाय, दूर पडंल. आणि मोठ्या बंदराकडंनही दूरच पडंल."

"वारारूपला गेले, तर तिथून रोज मचवे जातात." एक म्हणाला.

"बेटावर दुधाच्या होड्या तर इथूनही जातात. आमचे गुराखी गवळी मच्छीमारांच्याबरोबर जातात. पण त्यात आपल्याला नाही जाता येणार." दुसरा म्हणाला,

"का?" मी विचारलं,

"ते तर फार जोखमीचं." आपल्या मोठाल्या मिशा सारख्या करत सरपंच म्हणाले, "मी तर जीव गेला तरी त्या होडक्यात नाही बसणार."

आता खेराचे सरपंच जर असं म्हणतायत्, तर मला त्या होडक्यातनं न्यायला कोण तयार होणार? वारारूप, मोठं बंदर, नाहीतर मी जिथून खाडीपार केली ते लहान बंदर; कुठं जावं? ह्याच विचारात मग्न खेराहून परत आलो. एखाद्या मच्छीमारांच्या होडीत दूधवाल्या गवळ्यांबरोबर बसायला मिळालं तर तोही प्रयत्न करून बघायला हरकत नाही. वाटेत बंगाल्याच्या मठीवर पाणी प्यायला थांबलो.

बेटावर जाण्याच्या माझ्या इच्छेबद्दल त्याच्याशी बोललो.

बाबाजींनी थोडा विचार केला. मग म्हणाले,

"अब तो दो दिन में आखात्रीज (अक्षय तृतीया) लगेगी, अब तो नारियेल पूनमकोही मछवे खेरातक आएंगे, तब चले जाना–"

"म्हणजे आणखी चार महिने वाट पाहायची!"

"का? तुला घाई आहे?"

"घाई असली, तरी जाणार कसा? वारारूप किंवा मोठ्या बंदरापर्यंत चालायची माझी तयारी नाही. मला वाटतं एखाद्या गुराख्याबरोबर कुठल्यातरी मच्छीमाराच्या मचव्यात बसून जाईन."

"उद्यापास्नं गुराखीसुद्धा वारारूपकडनंच जायला लागतील. आता कोळीसुद्धा त्यांच्या छोट्या होड्याघेऊन श्यालपर्यंत जाऊ नाही शकणार." एवढं बोलले बाबाजी अन् मग एकदमच म्हणाले, "लेकीन तेरे कू भेजेगा." मग हात हवेत रेघोट्या मारत असल्यासारखे नाचवत पुढे म्हणाले,

"तुला बंगल्यावरून सरळ बेटावर पोचवीन– तुझ्या मनात आलंय तर दरियादेव ती इच्छा जरूर पुरी करतील." हसत हसतच मी उठलो. बाबांचं असलं नादिष्टासारखं बोलणं ऐकत बसलो तर इथंच रात्र होईल. मी बांधलेल्या कबीराला सोडू लागलो. "का रे? हसतोय्ससा?" बाबा जरा रोषानं म्हणाले, "संन्याशाच्या बोलण्यावर विश्वास नाही काय?"

"नाही, तसं नाही! असचं आपलं." कबीराला दगडाजवळ नेत मी सांगितलं, "बंगल्याजवळ मचवा तर राहिला, चांगली होडीसुद्धा येऊ शकणार नाही." बाबा कदाचित त्यांची मठी सोडून कुठे गेलेच नसतील, त्यांना काय ठाऊक असणार? बाबा माझ्याजवळ आले. दगडावर चढून मी घोड्यावर बसणार होतो. माझ्या खांद्यावर हात ठेवून भक्कमपणे म्हणाले,

"कधी मधी कोणी एखादा असा भेटतो, जो कुठेही होडी आणू शकतो. जा तू आता. माझ्याशी वाद घालण्याच्या भरीस पडू नको." मीही मग मुकाट्यानं निरोप घेऊन निघालो.

घरी पोचेपर्यंत बाबाजींचं बोलणं डोक्यातनं गेलं पण होतं. कबीराला सर्वणकडे सोपवून मी माझ्या खोलीकडे गेलो तर पायऱ्यांवर एक लहान मुलगा बसलेला. तो टक लावून विहिरीच्या कट्ट्यावर पडलेल्या पत्र्याच्या डब्याकडे बघत होता.

"कोण रे तू?"

"विष्नो." तो हसून म्हणाला.

"आणि मी? मी कोण माहीत आहे?"

"होऽऽ तुम्ही कबीराला घेऊन पटवाला आला होतात नं?"

"हां."

"तिथं पटवालाच राहातो मी. नूरचाचाचा दोस्त आहे मी!"

"अस्सं! तू नूराला ओळखतोस होय?"

"मग? नाही? त्यांच्या घोड्यावरनं फिरायला पण गेलोय् त्यांच्याबरोबर, पक्षी बघायला." नूरानं लहान मुलांना पण पक्ष्यांचं वेड लावलेलं दिसतंय्!

"इथे केव्हा आलास?" मला वाटलं हा नूराबरोबर आला असला तर नूरा एवढ्यातच कुठे असेल.

"दुपारी मामा मामींबरोबर अवलबा (आई) कडे आलोय. उद्या मोठी अवस ना, समुद्रात आंघोळ करायची नाही का?"

अस्सं, म्हणजे हा पोरगा अवलचा पाहुणा आहे. अवलचे नातलग पटव्याला राहात असतील, हे डोक्यातच नव्हतं आलं. विष्णोनं तेवढ्यात एक दगड उचलला.

"बोला, मारू नेम धरून?"

"कुणाला?"

"त्या डब्याला." विहिरीवरचा डबा दाखवत तो म्हणाला.

"मार." पण त्याचा नेम चुकला.

"कधीतरी तर चुकणारच, हो की नाही?" वर मला तो म्हणाला,

"त्यात काय बिघडलं? परत मार." पण तेवढ्यात वाडीच्या बाजूनं कोणी स्त्रीनं हाक मारली.

"विष्नो,चल बेटा, झालर टाणूची वेळ झाली."

खेरा, पटवा अशा या प्रदेशातल्या खेड्यांमध्ये वेळ मोजायचा तो दैनंदिन कार्यक्रमाच्या संदर्भातच मोजला जातो. इथं राहायला आल्यापासून टाणू म्हणजे खाणं-जेवणं हा शब्द शिकलो आणि सकाळी उठल्या उठल्या करायच्या चहा न्याहरीला मों सूझणूं (मुखदर्शन करतो तेव्हाचा नाश्ता) मग आठ नऊ वाजताच्या सुमाराला शिरामण टाणू (म्हणजे सकाळचा नाश्ता) किंवा गाईंचा कळप चरायला न्यायचा तेव्हाच्या खाण्याला धण टाणू (धण म्हणजे गाईंचा कळप) आणि कुरणात चरून गाई संध्याकाळी परत येतात तेव्हाच्या जेवणाला गोरजटाणू, असे वेगवेगळे शब्द शिकलो आहे. त्यात या झालर टाणू म्हणजे दिवेलागणीच्या वेळेचे जेवण या शब्दाची भर पडली! आत्ता विष्नोच्या गावी ठाकुरजीच्या मंदिरात आरतीची तयारी झाली असेल. सारा दिवस मेहेनत मजुरी करून थकलेली माणसं तिथं जरा बसतील. मग आरती करतील, झालर टाणू करून मग सगळं गाव शांत विश्रांती घेईल.

सकाळी उजाडताच विष्नो येऊन उभा होता. हवेलीजवळच्या दरडीपासून जरा दूर वाळवंटात मी पण विष्नोबरोबर आंघोळ करायला जायचा विचार करतोय. अकराच्या सुमाराला भरती पूर्ण चढलेली असेल. भरती खूप असेल तेव्हा समुद्र

बाभळीच्या झाडांपर्यंतसुद्धा पोचतो.

"विष्नो, तू खेळ इथे, मी ऑफिसचं थोडं काम उरकतो. आता गेलो समुद्रावर तर मग काम राहून जाईल. विष्नो विहिरीजवळच्या मोकळ्या जागेत खेळायला गेला. तिथे आज आणखी तीन चार बादल्या आणि दोर दिसले. एवढ्या सगळ्यांचं काय काम कोण जाणे असं मनाशी म्हणत मी माझ्या कामाला लागलो.

दहा साडेदहाच्या सुमाराला बऱ्याच माणसांच्या बोलण्याचा आवाज आला. बाहेर आलो तर मोठ्या दरवाज्याजवळ हसण्याचे, मोठ्यामोठ्यानं बोलण्याचे आवाज आले, मी तिकडे गेलो. बाहेर मैदानावर रंगीबेरंगी कपड्यात सजलेले बरेच लोक गोळा झाले होते. बायका, पुरुष, लहान मुलं सगळ्यांचे उल्हसित चेहेरे. भरतीच्या वाऱ्यानं सगळ्यांचे कपडे, केस, हवेत उडत होते. दोन चार बैलगाड्या सोडून ठेवलेल्या. मन मोकळ्या आवाजात इकडच्या खास हेल काढून बोलण्याच्या कर्ण मधुर शैलीत बोलणाऱ्या सगळ्यांनी आसमंत गजबजून टाकला होता. बायकांचा एक घोळका दरवाजातनं आत आला. इथं कुणाला कशाची परवानगी घेण्याची जरूरच वाटत नव्हती हे उघड होतं! मला हे आवडलं नाही, पण गप्प राहिलो; मला जानकी न् वालबाईंची आठवण झाली,

"इथे तुला कोऽऽणी कश्शाला नाही म्हणणार नाही." हे शब्द आठवले!

"आई, भाभू आजीला इकडे घेऊन या. इथं चांगलं सोयीस्कर पडेल." बाहेर सोडत असलेल्या एका बैलगाडीकडे तोंड करून एका लहान पोरीनं मोठ्यानं ओरडून सांगितलं. मी तिकडे पाहिलं तर एका खूप म्हाताऱ्या बाईला एक मध्यमवयीन जोडपं धरून धरून बैलगाडीतनं उतरवत होतं. ती तिघं हवेलीच्या दरवाजापर्यंत आली तशी अचानक नकळत माझ्या तोंडून शब्द निघाले,

"या बाजूला घेऊन या माझ्या क्वार्टरकडे!" प्रथमच खेड्यातल्या कोणाला मी माझ्या क्वार्टरमध्ये येऊ दिलं होतं! माझ्या नकळत मीच बदलत चाललो होतो का? माझ्या आरामखुर्चीत मी त्या म्हाताऱ्या आजींना बसवलं.

"कुठं आलो आपुन?" तिनं विचारलं.

"भाभू, समुंदर आला न्हवं!" त्या जोडप्यातल्या स्त्रीनं आजींच्या कानापाशी तोंड नेऊन सांगितलं. पुरुषानं माझ्याकडे बघून स्पष्टीकरण दिलं.

"माझ्या भाभू आहेत." मला काहीच उमज पडलेला नाही हे बघून पुढे म्हणाला,

"माझ्या मोठ्या काकांच्या घरनं, माझ्या मोठ्या काकी." म्हणजे याच्या चुलत आजी.

"बरं बरं, तुम्ही काही चिंता नका करू, पण एवढंच की इतक्या या मोठ्या वयात बैलगाडीतनं घेऊन आलायत, आजारी नाही पडल्या म्हणजे मिळवली."

"अहो आम्ही न्हवतोच आननार, पर तीन दिसांपास्नं हट्ट धरून बसलीया, की

अवसंला समुंदरात आंगुळ करायचीच म्हणून!'' मी अवाक् झालो. धड दिसत नाही, ऐकू येत नाही. अशा वयात ही बाई बैलगाडीतनं धक्के खात समुद्रस्नान करायला आलीय्! धर्म आणि श्रद्धा यांच्या बंधनांनी या अशक्त वृद्धेला सगळे कष्ट सहन करूनही इथं यायची प्रेरणा दिलीय्, पण समुद्रापर्यंत तरी आजीबाई चालणार आहेत कशा?

''भाभू, तुम्ही इथं थांबा,'' बरोबरच्या स्त्रीनं म्हटलं, ''तुमचा लेक (खरं म्हणजे चुलत नातू) समुद्रावरनं बालटी भरून आणंल, मग तुमाला न्हाऊ घालंन् मी.'' आजीबाईंनी मानेनं नकार दिला आणि हळूहळू पण ठामपणे म्हणाल्या,

''समुंदर बालटीत न्हाय मावत माज्या बाय, तसं तर बालटीभर समुद्राचं पानी घरीबी घिऊन आला नसता का तुमी, मग तुला गाडी जोडाया कशापाई सांगितलं म्या? चल हात दे मला, हळूहळू जाईन मी तिथंवर.''

मी थक्क होऊन बघत होतो. ही म्हातारी भले धार्मिक कर्मकांडात विश्वास म्हणून आली असेल, पण इथवर खेचून आणणारी शक्ती फक्त धर्माची नाही. या निमित्तानं समुद्राला भेटायला आली आहे ती! हा समुद्र, ज्यानं बहुतेक तिचं बाळपण शंखशिंपल्यांच्या भेटी देऊन सजवलं होतं. मृदु खट्याळ लाटांच्या तरंगांनी तिचे तारुण्यातले दिवस भिजले असतील. हाच समुद्र तिच्या आयुष्यातल्या साऱ्या कडू गोड अनुभवांचाही कदाचित् साक्षी असेल. तिच्यासाठी हा समुद्र एक बादलीभर पाण्यात मावणार तरी कसा?

सांगण्यासारखं एवढं सगळं, एका लहानशा वाक्यात समजावून सांगण्याचं कौशल्य या प्रदेशातल्या लोकांना त्यांच्या सहज सुंदर संवेदनांमधूनच मिळालंय् असं वाटतं. विचार करून, शब्द शोधून, ठरवून सुंदर बोलण्याचं चातुर्य या लोकांमध्ये नाही! हे पांडित्याचं प्रदर्शन नाही. शब्द जुळवून मढवून, त्यातून हवा असलेला परिणाम साधायचं भाषा सामर्थ्य पण त्यांच्याजवळ नाही. त्यांच्या सहज बोलण्यातनं जाणवते फक्त अनुभवलेले, उपभोगलेले, निर्भेळ सत्य.

'समुद्र एका बादलीत मावत नाही.' किंवा 'एक पाखरू उडतं न् सारं जग जणू जिवंत होतं.' असं माझ्या समाजात बोललं की टाळ्या पडतात, पण त्या वाक्याचा अर्थ विवेचन करून विस्तारानं सांगावा लागतो. इथल्या या आजीबाई किंवा नूरभाई असं वाक्य बोलतात तेव्हा त्याच क्षणी त्यांना काय म्हणायचंय, ते संपूर्णपणे, त्यातल्या संभवित, अभिप्रेत अर्थासकट स्पष्टपणे समजतं. याचं एकच कारण असणार, की त्या वाक्यामागे त्यांची सहज सुंदर अनुभूती असते, नाही का?

मी चौकीदाराला हाक मारली,

''सर्वण, इकडे ये, पकडायला लाग. खुर्चीच उचलून आजींना समुद्रावर घेऊन जाऊ या.''

"पण तुम्ही कशाला इतकी तसदी. . ." आजींचा नातू काहीतरी म्हणायला लागला.

"तुम्ही काही म्हणू नका तसदी बिसदी." सर्वण दोन मजबूत बांबू घेऊन आला, ते आम्ही खुर्चीच्या हातांना बांधले, मी, सर्वण, आजींचा नातू आणि गाडीवान, चौघांनी मिळून आजींची पालखी उचलली.

"अग्गोबाई! आजींना उचलून घेतलंय!" घोळक्यातली एक युवती आश्चर्यानं हसत म्हणाली आणि मग सगळ्याच पळत आल्या. जमिनीवर बसलेले बरेचसे पक्षी एकदम उडावेत अन् भुर्रऽऽ भुर्रऽऽ असा आवाज यावा तसा आवाज त्यांचे ते घेरदार घागरे पायांमध्ये अडखळण्यानं होत होता.

विष्नो गंमत वाटून टाळ्या वाजवत नाचत होता.

"चला, चला." असं उत्साहानं एकमेकांना सांगत सगळेच स्त्री पुरुष समुद्राकडे निघाले. आजीबाईंच्या पालखीनं जास्तीच उत्साह वाढला होता. आयुष्याच्या शेवटच्या टोकाला उभी असलेली ती अशक्त वृद्ध स्त्री स्वत: काहीच न करताही, फक्त तिच्या उपस्थितीनं सगळ्यांना इतका उत्साह आणि आनंद देऊ शकते हे बघूनच बरं वाटत होतं. मीही जणू त्यांच्यातलाच एक होऊन गेलो होतो. खुर्चीसकट आम्ही आजीबाईंना समुद्रात बसवलं. नातसून न् नातू खुर्ची पकडून उभे होते. आजीबाई आनंदानं सैरभैर झाल्या होत्या. खुर्चीवर लाट आली, की हात लांबवून लांबवून ते पाणी पकडायला पाह्यच्या!

त्या अमावस्येला, मी साऱ्या वर्षभरात नव्हती केली इतकी समुद्रात डुंबून पोहून, मजा केली. मनसोक्त आंघोळ केली. इतर अनेक तरुणांबरोबर दूरवर पोहत गेलो. बुड्या मारायच्या पैजा लावल्या, लाकडाची फळी छातीखाली पकडून उसळणाऱ्या लाटांबरोबर किनाऱ्यापर्यंत यायचा साहसिक खेळही खेळलो. मुली-बायकांनीही आंघोळी केल्या. इतक्या सगळ्या बायका पुरुषांचा, मुलांचा किलबिलाट, खळखळून हसणं, लटकं भांडणं, एकमेकांना पाण्यात ढकलणं, सगळी दंगामस्ती होता होता सारी थकून थांबली तेव्हा एक वाजायला आला होता. ओल्या अंगांनी सगळे परत हवेलीवर आले, माझ्या क्वार्टरच्या सावलीत, ओसरीवर, पायऱ्यांवर, जिथे जागा मिळाली तिथे बसले. जेवणाचे डबे उघडले; जेवणं झाली. मग बायकांचे कंठ उमटले. उंच, सडपातळ, ओढण्याची टोकं कंबरेशी खोचून, टोळकं करून बसलेल्या त्या स्त्रिया उत्साहानं उत्स्फूर्त गाऊ लागल्या आणि मग गरबे करून नाचू लागल्या. घामाघूम झाल्या तरी गायचा-नाचायचा उत्साह संपत नव्हता.

माझ्यासाठी हा काही वेगळाच दिवस होता. इतक्या सहजपणे मी या लोकांच्यात कसा मिसळू शकलो हे कोडं माझ्या आतल्या शहरी संस्कृतीत मुरलेल्या मनाला पडलं आहे! विष्नोला मी माझ्याजवळ बसवून घेतला. गरबे बघायला त्याला खूप मजा येत होती. जवळजवळ दोन तास ही धमाल चालली आणि मग सगळीजणं

विहिरीकडे गेली व दोन चार तरणी मुले पाण्याच्या बादल्या भरून काढत गेली आणि कट्ट्याजवळच्या फरशीवर बसून एकेकजण समुद्राच्या पाण्याचा खार आणि घाम, अंगावरनं धुवून काढायला लागलं. आजींनी पण आंघोळ केली. मीही तिथेच मांडा ठोकून डोक्यावर चार पाच बादल्या पाणी ओतून घेतलं.

घरी परत जायला निघताना आजींनी नातवाला विचारलं, "हे भाई कुणाच्या घरी आले होते इथं?"

"हे तर इथंच राहतात," मी कोण, काय हे माहीत नसलेल्या नातसुनेला तेवढं माहीत होतं. आजींनी एकदा माझ्याकडे बघितले, मग कनवटीला लावलेली एक कापडाची पुरचुंडी काढली, त्याच्या गाठी सोडत उघडली, मग त्यातनं एक रुपयाचं नाणं काढून माझ्यासमोर धरलं.

"घे बेटा, तू मला यात्रा करवलीस!" तिचा नातू शरमिंदा झाला.

"भाभू, असे पैसे नाही द्यायचे त्यांना, ते तर साहेब आहेत."

"तो कोणीबी आसंल, माझ्याहून मोठा तर न्हाई ना? आन् आज पर्वणीच्या दिशी दिला, तर कायबी खराब न्हाई दिसत."

"आजी, पण यात्रा तर या तुमच्या नातवानं करवली तुम्हाला, मी नाही!" मी सांगू बघितलं.

"त्ये समदं येकच. घ्ये बगू." आणि त्या अनोळखी, गरीब म्हातारीकडून मुकाट्यानं मी तो रुपया घेतला, सांभाळून खिशात ठेवला.

तिचं म्हणणं खरंच होतं. ती माझ्याहून खूप, खूप मोठी होती.

त्या जत्रेच्या दिवसानंतर माझे मन आनंदित राहू लागले. आता रस्त्यात कोणी भेटलं तर मी हात उंच करून 'रामराम' करत असे आणि विचारत असे,"काय, कसं काय?" आणि दर वेळी न चुकता उत्तर मिळायचं, "राम राम, मजेत आहे न् काय?"

भीषण दारिद्र्यात जगत असताना, दाणापाण्याचीही कमी असताना, जीवतोड मजुरी करूनही फारसं काही पिकत नाही अशा जमिनी असताना, कोणी 'मजेत' कसं असू शकत असेल हे मला कधीही उमजलं नाही. पण तरीही, दरवेळी ते उत्तर ऐकल्यावर माझी गात्रं आनंदाने पुलकित व्हायची अन् मी कबीराला टांच मारून पळवायचो.

एखादा आठवडा गेला असेल. एका दुपारी एक कुरळ्या केसांचा, काळा, सुदृढ बांध्याचा माणूस माझ्या ऑफिसात आला. कपाळाजवळची एक बट पांढरी व्हायला लागलेली; बाकी तरुणच दिसत होता. "बाबाजीनं पाठवलंय्." आल्यासरशी त्यानं सांगून टाकलं, "तुला श्यालला जायचंय ना?"

मी काही बोलणार तेवढ्यात अवल ऑफिसात आली– तिनं त्याला येताना

बघितलं असणार– आणि तिनं आम्हाला दोघांना विचारलं, "काय झालं?"

पुन्हा मी उत्तर द्यायच्या आधीच तो म्हणाला, "श्यालला जायचं आहे, मी बेटावरचा खारवा आहे."

"यांना जायचं असलं तर वराहस्वरूपकडून जातील." ती म्हणाली,

"दरिया उघडू दे, मग बघू." इथे लोक ज्याला वारारूप म्हणतात, त्याचं खरं नाव वराहस्वरूप आहे, हे आज मला कळलं.

"पण बाबाजींनं सांगितलंय्, मचवा हवेलीपर्यंत आणायचाय."

"इथं हवेलीजवळ मचवा लागलाय् कधी?" अवलचा आवाज जरा चढला होता. मी गप्पच राहिलो, टेबलावरचे कागद गोळा करून एका बाजूला ठेवले.

"पलीकडे दरियात मचवा लावून, मचव्यातनं होडीत उतरून हवेलीपाशी येऊ."

"अरे! होडीतून मचव्यात चढायचं तुम्हा लोकांना येतं, आम्हाला कसं येईल?" अवल क्वचितच कधी इतकं बोलत असे. तडकफडक निर्णय घेऊन टाकण्याची, आणि ठामपणे बोलायची तिची पद्धत मला आता ठाऊक झाली होती. हा कोळी अवलला जर ओळखत असता तर तिच्याशी वाद घालायच्या भरीस न पडता निघून गेला असता. पण तोही तिच्याइतकाच आत्मविश्वास असलेला भक्कम माणूस वाटला. निश्चयी स्वरानं म्हणाला, "मग होडीतनंच सरळ बेटावर घेऊन जाईन!"

अवलचे डोळे आश्चर्यानं हे एवढाले झाले! "थेट बेटापर्यंत होडीतनं?"

"हां."

अवलनं मग डोळे किलकिले करून त्याच्याकडे नीट निरखून बघितलं. "तू बेलीचा नवरा तर नाहीस?"

"तोच. किष्ना. किष्ना तांडेल."

अवल किष्नाकडे बघत होती. थोडा वेळ गप्प राहून विचार केलान्. मग शांतपणे म्हणाली, "बरं सांभाळून घेऊन जा. पण होडी जरा मोठी आण." सगळं तंग झालेलं वातावरण एकदम कसं सुधारलं, हे मला कळेना. हा माणूस बेली नावाच्या बाईचा नवरा आहे एवढ्यानं त्यांच्याबरोबर मला जाऊ द्यायला अवल कशी तयार झाली? माझ्या सुरक्षिततेची खात्री तिला बेलीच्या किंवा तिच्या नवऱ्याच्या नुसत्या नावानं कशी झाली? काही असो, मी मोठ्या अडचणीतनं सुटलो होतो, कारण अवलनं जर त्याला होडीतनं नाही जायचं म्हटलं असतं तर तिचं न ऐकता मी त्याला होडी आणायला सांगायचा विचार करत होतो! दुसऱ्या दिवशी सकाळी लवकरच होडी आणतो असं सांगून किष्ना गेला.

अवल माझ्या सामानाची बांधाबांध करायला लागली. मधेच घरी गेली. अन् तासाभरानं दोन-तीन डबे घेऊन आली.

"हा सगळा सरंजाम मी घेऊन जायचाय?"

“बेटावर काही मिळत नाही.” माझ्याकडे न बघता तिनं उत्तर दिलं.

“पण एकट्याला लागणार किती?”

बसल्या बसल्या काही काम करत होती ते बाजूला ठेवून एका झटक्यात तिनं माझ्याकडे तोंड केलं. हातात डबा होता तो खाली ठेवलान्. “एकटेच आहात तुम्ही या जगात? तिसऱ्यांदा म्हणालायत असं. का म्हणून?” ती परत सामान बांधू लागली. “वर आणि मला विचारत होतात की तुमचा शिधा तिकडे मी का उतरवून घेतला म्हणून!” परत माझ्याकडे वळून पुढे, “आपल्यापुरतं करून घेणाऱ्याच्या हातात मी इतका शिधा सोपवू कसा?” कितीक दिवसांपूर्वीच्या त्या घटनेचं उत्तर आज इतक्या दिवसांनी अवल देईल असं मला वाटलंच नव्हतं. अर्थात् आपल्यापुरतं मी करून घेईनचा जसा अर्थ तिनं काढला होता तशा अर्थानं मी बोललो नव्हतो.

“पण त्याचा अर्थ. . .” बोलता बोलता मी थांबलो. त्या बोलण्याचा तिनं जो अर्थ काढला होता, तसा नव्हता तर काय होता त्याचा अर्थ? मी उत्तर शोधू शकलो नाही, कारण मनातल्या मनात मला कबूल करावं लागलं होतं, की अवल नुसता आक्षेप घेत नव्हती. निवाडा देत होती, आणि माझ्या बोलण्याचा जो अर्थ तिनं काढला होता, तोच बरोबर होता!

आज एकदम असं वाटून गेलं, की अवल ही काही माझी मित्र नाही. शत्रू नसेल, पण मित्रही नाही आणि तरीही या मित्र नसलेल्या मला ती पूर्ण क्षमतेनं आणि कर्तव्यबुद्धीनं सांभाळणार होती. सुखी ठेवायचा प्रयत्न करत राहणार होती. आम्ही बरोबर राहणार नव्हतो आणि वेगळेही राहणार नव्हतो. मी जोपर्यंत इथं राहत असेन तोपर्यंत हा जगावेगळा पण खोल अर्थ असलेला व्यवहार चालू राहणार होता!

रात्री खूप वेळ झोप आली नाही, आणि पहाटे जागही लवकर आली. चौकीदाराची कुणाशी तरी बोलाचाली चाललेयूसं वाटलं म्हणून घड्याळ पाहिलं तर साडेतीन! ह्या वेळी सर्वण कोणाबरोबर माथाफोड करतोय म्हणून बघायला बाहेर आलो, तर किष्ना! योगी वगैरे लोक मध्यरात्रीनंतर दुसरा दिवस उजाडला असं मानतात हे कबूल, पण सकाळी लवकर येईन म्हणून सांगून गेलेला किष्ना तांडेल पहाटे साडेतीनला येऊन टपकेल असं मात्र वाटलं नव्हतं!

दशमी किंवा एकादशी असणार आज. मावळतीकडे चाललेच्या चंद्राच्या प्रकाशात आम्ही बाभळीच्या कडेच्या रस्त्यानं समुद्रकाठी आलो. हवेलीलगतच्या खडकांखाली एक वाळूचा पट्टा आहे, तिथे पाणी जरा खोल आहे. किष्ना तिथपर्यंत होडी घेऊन आलाय्.

“बेटावरनं केव्हा निघालास?” मी विचारलं.

“काल तर बाबाजीकडेच झोपलो रात्री. त्यांनीच उठवलं. भरती ओसरायच्या आत पोचलं पाहिजे, नाहीतर होडी पोचायला उद्या दुपार होईल.”

होडी चालवायचं त्याचं कौशल्य या भरतीच्या वेळी, खडकांमधून, रात्रीच्या वेळी इथे होडी घेऊन येऊन त्याने दाखवून दिलेच आहे! आम्ही होडीत बसलो. सर्वणने खडकावरनं सामान दिलं. बांबू घेऊन किष्नाने होडी हाकारली. एकामागे एक आडव्या तिडव्या पसरलेल्या खडकांवर कौशल्यानं बांबू अडकवून तो होडीला बरोबर खडकांपासून वाचवत होता. लाट आली आणि होडी खडकांकडे सरकली की माझ्या अंगावर काटा येई पण किष्ना खूप काळजीपूर्वक बांबू त्या खडकावर दाबून धरून ठेवी आणि हळूच होडी बाहेर काढे. होता होता आम्ही मोकळ्या समुद्रात येऊन पोचलो. लाटांवर नाचत होडी पुढे चालली होती. सर्वण एव्हाना टेकाड चढून बाभळीच्या वनात दिसेनासा झाला होता. मावळतं चांदणं, होडी अन् समुद्र ह्यांच्याबरोबर आता मी न् किष्ना दोघंच होतो. भोवतालचं सारं जग नीरव शांततेत झोपी गेलेलं असेल तेव्हा चांदीसारख्या लखलखणाऱ्या त्या विशाल जलराशीवर एका छोट्याशा होडीत तरंगत, तीस चाळीस फूट उंच, काळ्या अक्राळविक्राळ खडकांच्या जवळून जायचा अनुभव अवर्णनीय आहे. एकीकडे चांदण्यात चमचमणारा तो प्रचंड जलविस्तार, पश्चिमेला झुकलेला शांत, शीतल चंद्र, दुसरीकडे उंच काळ्या खडकांची रांग आणि निसर्गाच्या या साऱ्या महान रचनांच्यामधून संथ सरकणारी, पांढरी शिडं फडफडवणारी ती इवलीशी होडी. गंधर्व किन्नरांसाठी जणू निर्माण झालं असेल तसे हे रम्य नितांत सुंदर जग आता या घटकेला अति रमणीय दिसतंय. आपली सारी गुपितं हा प्रदेश जणू आज प्रकट करतोय्. ज्या प्रदेशाला मी नेहमी उजाड, मागासलेला अनाकर्षक समजत आलो त्याच प्रदेशाचं हे अतुल सौंदर्य लिहून सांगता येण्यासारखंच नाही.

"ठीक हाये ना समदं?" किष्नाच्या प्रश्नानं माझी तंद्री मोडली.

"फारंच मजा येतेय."

"ये इकडे माज्या बाजूला." मी उभा झालो अन् दोर, खांब, होडीची कड, अशा सगळ्यांचा आधार घेत घेत थेट टोकाला सुकाणाजवळ पोचलो.

शीड अजून पुरतं उघडलेले नव्हते. किष्नाने मुख्य बांबू उचलून खांबाच्या दुसऱ्या बाजूला वळवला तशी फुगा फुगवावा तसं शीड उभारलं आणि होडीची गती वाढली. पुढे जात गेलो तसतसा किनाऱ्याचा प्रचंड विस्तार नजरेत येऊ लागला– सगळे अर्धचंद्र एकसाथ दिसू लागले! चंदेरी रंगाच्या आकाशाखाली काळ्या खडकांवर एकटीच उभी असलेली हवेली, जवळच एखाद्या चित्रातल्यासारख्या दिसणाऱ्या अवलच्या नारळी बागा आणि दक्षिण सीमेवर रुक्मिपाणाचा तो प्रचंड काळा खडकाळ विस्तार.

मला सबूरची आठवण झाली. मनोमन कडवटपणा जाणवला. तो अजून मला भेटायला आलेला नाही. यातही कदाचित् अवलचाच हात असेल. त्या दिवशी

संध्याकाळी ती बोलली ते आजही मनात खुपत होतं. पण मग हळूहळू, समुद्रातनं जमिनीकडे बघता बघता सगळी खिन्नता दूर झाली. समुद्रातनं जमिनीकडे बघणं अन् जमिनीवरनं समुद्राकडे, दोन्ही अनुभवांची गोडी वेगवेगळी आहे. त्यातही परत, स्वच्छ पांढऱ्या चांदण्यात, सरत्या रात्री हा अनुभव आणखीच अगम्य अनुभूती देतो. हा चंद्रप्रकाशही मध्य आकाशी असलेल्या पूर्ण चंद्राइतकाच उज्ज्वल, धवल आहे. माणसांची वस्ती जिथं भरपूर आहे अशा कोणत्याही ठिकाणी इतकं स्वच्छ, शुभ्र चांदणं दिसत नाही. समुद्रावर पसरलेलं धुळीचे कण नसलेलं आकाश ह्याचं कारण असणार.

''समुद्रावर खरी मजा तर रात्रीच्या सफरीतच,'' किष्ना म्हणाला, ''होडामध्ये जायला सुद्धा रात्री जी मजा येते, ती दिवसा नाही येत.''

''आपण होडातच तर आहोत!''

''होडा म्हणजे अशी होडी नाही, मासे पकडायला जातो ती मोठी होडी.'' किष्ना आहे खारवा– कोळी जातीचा, पण त्याची भाषा जरा जास्त सुसंस्कृत वाटली. अर्थात् कोणालाही अरेतुरे करण्याची सवय त्यालाही आहेच. कदाचित् इकडचा तोच रिवाज असेल.

''ह्याच्या आधी गेलाय्स कधी समुद्रावर?'' त्यानं विचारलं,

''एकदा, पण ते लाँचमध्ये, अशा शिडाच्या होडीत नाही.''

''नाव काय अन् लाँच काय, जोखीम सगळीकडे सारखीच. सगळ्यांना चालवणारे दोघं– एक तो वरचा अन् दुसरा हा समुद्र.'' ''अन् तिसरा नावाडी'' मी म्हटलं.

''समुद्राच्या मर्जीविरुद्ध जाऊन होडी चालवणारा नावाडी अजून जन्माला यायचाय'' तो म्हणाला, आणि पाय लांब करून बसला. ''नावाडी सुकाणू सांभाळणार, शीड सांभाळणार. मशीनवाली होडी असली तर जर थोडी जास्त ऐट दाखवणार. पण आणखी जास्त काही करू शकणार नाही.'' सुकाणू पकडून ठेवण्याखेरीज किष्ना पण काही करत नव्हता. शिडात जास्त वारा भरला न् होडी झुकली, तर दोर जरा ढिला करत होता.

''होडी चालवायला शिकण्यासारखं खरं.'' मी समुद्राकडे बघत म्हणालो. मी आपलं गमतीत म्हणालो होतो, पण तो म्हणाला, ''चालवायचीय? मजा येईल.'' त्याच्या त्या विचारण्यानं मी चमकलो. मला एवढं ठाऊक होतं की मला होडी चालवायला देणार म्हणजे आता जो दांडा त्याने पकडून ठेवलाय्, तो माझ्या हातात थोडा वेळ देणार, आणखी काही नाही. आणि मला माझ्या मामांची आठवण झाली. पतंग उंच, वर गेल्यावर, हवेत तो स्थिर झाल्यावर क्षण दोन क्षण ते मला दोरी पकडायला देत असतं. मला वाटायचं मीच पतंग उडवतोय्! तसंच हा खेळही मजा

म्हणून करून बघायला हरकत नाही.

"बघू, चालवून बघतो, प्रयत्न तर करतो." मी बोललो.

"घे तर, मजा कर." म्हणत किष्नानं सुकाणू माझ्या हातात दिलं. नवं खेळणं हातात मिळाल्यावर लहान मुलाला जसा आनंद होतो, तशा आनंदानं मी सुकाणू पकडलं.

"ज्या बाजूला फिरवायची असेल त्याच्या उलट्या बाजूला सुकाणू फिरवलं, की होडी वळते." किष्ना शिकवू लागला. मी तसं केल्यावर होडीची दिशा बदललीही, पण शीड एकदम पडलं! "आता खेच दोरी. सुकाणू पायानं पकडून ठेव." मी पायानं सुकाणूला टेका दिला आणि शिडाची दोरी खेचून बांधली. शीड थोडं फुललं.

"आलं की हे तर!" म्हणत मी होडी मूळ दिशेला परत वळवली.

"आलं?" किष्ना हसून म्हणाला. त्याच्या हसण्यात उपहास नव्हता.

"थोडं थोडं आलं." मी पण निखालसपणे कबूल केलं. किष्ना मला एवढ्या थोड्या वेळात मित्रासारखा वाटू लागला होता.

"बस तर, चालवत राहा!" किष्ना होडीच्या कडेवर बसला होता. तिथून मागच्या मागे त्यानं समुद्रात कोलांटी मारली! त्या धक्क्यानं होडी जरा हलली आणि परत सरळ झाली. शीड खाली बसले आणि परत फुलले.

"किष्ना! किष्ना!" मी घसा फोडून किंचाळलो. भीतीने मी गलितगात्र झालो होतो. किष्ना आहे कुठे ते पाहायला होडी मागे घेण्याची हिंमतही मला झाली नाही. मी होतो तसाच घट्ट सुकाणू पकडून बसलो.

समुद्राच्या लाटा होडीवर आपटून येणारा आवाज मघाशी गोड वाटत होता. आता तोच आवाज भयंकर भीतीदायक वाटायला लागला. मला याचाही विसर पडला, की किष्ना तांडेल नावाची कोणी व्यक्ती आहे. होडी स्थिर, अन् सुकाणू सरळ ठेवण्यापलीकडे मनात दुसरा विचार येत नव्हता. दगडासारखा बनून मी सुकाणूचं लाकूड पकडून बसलो. शीड जरा फडफडलं, तरी माझं काळीज धडधडत होतं. चंद्राच्या भयंकर प्रकाशात चळकणाऱ्या भुतावळीसारख्या त्या लाटा, वर खाली हेलकावे खाणारी ती होडी आणि मी–

एकदम जोराचा वारा आला आणि शीड तंग झाले. होडी एका बाजूला कलंडली. मी खूप घाबरलो, शिडाचा दोर जरा सैल केला. गुडघ्यांवर बसून सुकाणू दोन पायांत दाबून धरलं आणि शीड सांभाळू लागलो. किती वेळ असा गेला त्याचंही भान राहिलं नव्हतं, पण हळूहळू माझी भीती ओसरू लागली.

आणि मग प्रथमच मला किष्नाची आठवण झाली. तो खरोखरच पडला होता का जाणून बुजून त्यानं उडी मारली होती? मला काळजी आणि राग दोन्ही

जाणवलं. ''किष्नाऽऽ'' मी मागे बघत जोरात ओरडलो, पण उत्तर आलं नाही. हळूहळू जपून मी उभा झालो. सुकाणूवर पाय ठेवला. शिडाचा दोर खाली लाकडावर दोन वेढे देऊन घट्ट पकडून ठेवला आणि चारी बाजूला नजर फिरवली. या चमचमणाऱ्या लाटांमध्ये किष्ना पोहत असला तरी दिसणार नाही, इतक्या उंच लाटा उसळताहेत. आता काय करावं याचा जरा विचार केला. शेवटी धाडस करून सुकाणू मी पायांनी एकीकडे फिरवलं. किष्ना कुठे पडला असेल याचा अंदाज करणं शक्य नव्हतं. माझा विचार होता की होडी मोठ्या वर्तुळात गोल फिरवायची. सुकाणू तिरकं दाबून मी होडीची दिशा बदलली तशी शीड पडले आणि फडक्यासारखं फडफडायला लागले. आता त्याचे काय करायचे ते मला माहीत नव्हते. मी सारा जोर एकवटून पुन्हा मोठ्यानं ओरडलो, ''किष्ना, ए किष्नाऽऽ!''

''चालू दे, बरोबर चालतेय!'' अगदी जवळनं किष्नानं उत्तर दिलं. अरे! हा इथं आहे किष्ना! त्या टोकाला बाहेरच्या बाजूला असलेलं कडं पकडून होडीच्या अगदी जवळ पाण्यावर पडलाय्! होडीबरोबर लाटांवर खालीवर होता होता हसतोय्!

''अरे! पण. . .'' माझा आवाज चिरकला. पण लगेच मी स्वतःला सावरलं.

''सांभाळ हं.'' म्हणत किष्नानं कठडा पकडून होडीत उडी मारली. होडी एकदम तिरकी झाली आणि मी पडता पडता सावरलो.

''काय? कसं वाटलं?'' माझ्या हातून सुकाणू घेता घेता किष्नानं विचारलं.

''काय कसं वाटलं? असला मूर्खपणा करायचा का कधी?''

''घ्या! माणूस समुद्रात पडला तर त्यात मूर्खपणा काय झाला?'' तो मला बनवत असेल तसा हसत हसत बोलत होता.

''थोडा वेळ तर मलाही असंच वाटलं की तू खरंच पडलास, त्यामुळे तुझ्या काळजीनं मी आणखी घाबरलो.''

किष्ना एकदम गंभीर झाला, माझ्याकडे बघत राहिला अन् मग एकदम थंडगार आवाजात म्हणाला, ''समुद्रात असताना खोटं कधी बोलू नये!''

''का? काय झालं?''

''काय झालं? मग तू तेव्हाच्या तेव्हा पाण्यात उडी का नाही मारलीस? इथं या फळीखाली हे फळकूट पडलंय्, का नाही टाकलंस पाण्यात? कारण मी मुद्दाम पडलो हे तुला ठाऊक होतं ना?'' किष्नाच्या प्रश्नाला माझ्याकडे उत्तर नव्हतं, पण मी काही बोलणार, एवढ्यात परत तो म्हणाला, ''अवसेच्या समुद्रातही पोहता येतं तुला, हे ठाऊक आहे मला!''

होडी नीट चालू लागली तशी किष्ना जरा मोकळा झाला, मग उठून माझ्याजवळ येऊन बसला. त्याचं बोलणं मला जरा लागलं, हे त्याच्या लक्षात आलं होतसं दिसलं.

''तुला वाईट बोलायचं म्हणून नाही बोललो मी, पण स्पष्ट बोललो. समुद्रावर

एकटं राहणं अवघड असतं अन् तरी तू कमाल करून दाखवलीस. तुला मी फक्त समुद्राचा नियम समजावून सांगतोय. तुझ्या जागी एखादा कोळी असता तर माझ्या पाठोपाठ लगेच पाण्यात पडलाच असता. तो स्वतःचा विचार नाही करणार. समुद्रानं त्याला तसाच घालून दिलेला आहे नियम धर्म. पाण्यात हात घालून त्यानं थोडं पाणी शिडावर शिडकावलं.

त्या पहाटे, तांडेल असला तरी अगदीच अडाणी कोळी नाही असा तो विचित्र, विक्षिप्त माणूस आणि कुठल्या दूरच्या महानगरातनं आलेला एक अनोळखी माणूस हे मित्र झाले.

आभाळात फटफटायला लागलं होतं. चंद्र मघाच मावळला होता. पहाटेची थंड हवा, ओला खारा गंध घेऊन आली.

''हे बघून घे, पुन्हा बघायला नाही मिळणार.'' माझं लक्ष पूर्वेकडे वेधत किष्ना म्हणाला. साऱ्या आभाळात लाल रंगाची उधळण झाली होती; त्या रंगाचं प्रतिबिंब समुद्रात पडलं होतं. ते दृश्य डोळे भरून बघून घेतोय तेवढ्यात समुद्रापलीकडच्या क्षितिजावर सूर्याची तेजस्वी किनार दिसली अन् बघता बघता सूर्य वर आला.

दुरून एकच बेट वाटणारा हा श्यालबेटाचा टापू वास्तविक तीन तुकड्यांमध्ये वाटला गेलेला आहे. मुख्य टापूच्या पूर्वेला एक लहान खाडी, मग दुसरा लहान टापू आहे. त्या टापूवर दिवादांडी, तिथल्या लोकांसाठी क्वार्टर्स आणि दोन दर्गे आहेत. तिसरा तुकडा या दोन्हींच्या उत्तरेला एखादा किलोमीटर दूर, नुसता खडकच आहे. पहिल्या दोनांपेक्षा जरा जास्त उंचावर. बेटाजवळ नसता तर मी याचा नुसता खडकच म्हटलं असतं एवढा लहान. सरळ सोट उभ्या अशा या खडकाच्या माथ्यावर सपाटी आहे. एखादी लंबचौरस शिळा कोणी काळजीपूर्वक तिथं बसवली असेल, तसा दिसतो हा खडक. पन्नास एक फूट रुंद अन् त्याच्या दुप्पट लांबीचा हा खडक कदाचित् एके काळी मुख्य टापूचाच भाग असेल.

''हे समोर दिसतंय, हे बेट. त्या लहान बेटाच्या माथ्यावर दिसतोय तो पीराचा दर्गा. जवळच दिवादांडी.'' जेवढ्या दिसत होत्या तेवढ्या गोष्टींचा किष्ना परिचय करून देत होता. ''खाडीत पाणी नसते तेव्हा दर्ग्याला चालत जाता येते, नाहीतर होडीतनं जायचे.''

''त्या लहान बेटावर जाता येतं?''

किष्ना दोन चार क्षण काहीच बोलला नाही, मग शीड गोळा करायला उभा होत म्हणाला, ''ते बेट नाही, तो भेंसला आहे. तिथं होडी नाही लावता येत.''

''भेंसला? म्हणजे काय?''

''भेंसला पीर म्हणतात.'' एवढं बोलेपर्यंत होडी मुख्य बेटाच्या किनाऱ्यापर्यंत पोचली. इथली वाळू अगदी बारीक आहे. धूळ म्हणायचं नाही म्हणून वाळू

म्हणायचं, पण मातीसारखी बारीक. आम्ही पाय खाली ठेवले तो पाऊल आत बुडालं!

"इथं तर खूपच वाळू आहे." प्रयासानं त्यात चालता चालता मी म्हटलं.

"याला आम्ही रेती नाही म्हणत, पणो म्हणतो. या बेटावर रेती नाहीच, असा पणोच आहे!" खडकांवर खेळणाऱ्या दोनचार पोरांना त्यानं हाक मारली. "सामान काढून घ्या रं होडीतलं आणि दिवादांडीला पोचतं करा."

पणोचं ते वाळवंट पन्नाससाठ पावलं रुंद होतं. पण तेवढं पार करता करता दमछाक झाली. खडकाळ किनारा लागला तशी मी एका खडकावर बसलो. ती मुले सामान आणायला होडीकडे चालली होती, त्यांनी किष्नाला विचारलं,

"तू म्हणत असलास तर होडीच दर्ग्याकडे नेऊन सामान तिकडे ठेवू?" त्या एवढाल्या मुलांनी सुद्धा बेटाच्या तांडेलाला 'तू'च म्हटलं याची मी मनात नोंद केली!

खडक चढून बेटाच्या भूमीवर पाय ठेवला. लालसर माती आणि दगड धोंडेवाली जमीन. पूर्वेकडच्या बेटाकडे आम्ही चाललो होतो. खाडी आता रिकामी होती. आम्हाला उशीर झाला होता. वेळेवर आलो असतो, तर सरळ दिवा दांडीपर्यंत होडी गेली असती. आता होडी दर्ग्यापासून दूर समुद्रात उभी आहे आणि कमरेइतक्या पाण्यातनं ती पोरं माझं सामान काढून आणत आहेत. दिवादांडीला आम्ही पोचलो तर चार पाच तरुण मुलं ओट्यावर बसलेली दिसली. मला बघताच उठून ती सामोरी आली.

"मी निखिल." एकजण म्हणाला. कित्येक दिवसांनी असं परिचित, सवयीचं शहरी नाव ऐकलं. परिचित वेषभूषा, वागणूक, बरं वाटलं. निखिलचे हात हातात घेतले. किष्ना पुढे दर्ग्याकडे गेला.

"मी इस्टेट बंगल्यावर राहतो." मी निखिलला म्हटलं.

"आम्ही मोठ्या बंदरावरनं आलो. हा सौमिल तिथं पोर्ट ऑफिसर आहे, आणि हे दोघं माझे पाहुणे आहेत. बोट इकडे येत होती, म्हणून सगळे या बेटावर फिरायला आलो."

मी सर्वांशी हस्तांदोलन केलं. सौमिलला म्हटलं, "एवढ्या लहान वयात पोर्टची जबाबदारी मिळवण्याबद्दल अभिनंदन!"

पुढे काही बोलणार तेवढ्यात दिवादांडी क्वार्टरमधून आणखी एक तरुण बाहेर आला. "हॅलो डॉक्टर." तो निखिलला म्हणाला, "मी तयार आहे, निघू या आता." मग तो माझ्याकडे वळला. "हा क्वार्टर माझाच आहे आणि मी इथं एकटाच आहे. तुम्हाला हवे तितके दिवस राहा. चौकीदार सगळं करतो तेव्हा अडचण काहीच नाही."

"तुम्ही मला सांगताय?" मला कळेना.

“तुम्हालाच तर! तुमची व्यवस्था करायचा निरोप दोन दिवसांपूर्वी गवळी देऊन गेलेत. बंगाला बाबाचे पाहुणे तुम्हीच ना?”

“ हो, मीच.”

“हे सगळं तुमचंच समजा. मी थांबलो असतो, पण मला मोठ्या बंदराला साहेबांबरोबर जायचंय.” त्यानं सौमिलकडे बोट दाखवत म्हटलं. “आम्ही इथल्या माणसांसाठी काही कामं उभी करता आली तर करायचा प्रयत्न करतोय. एक फिल्म शो करणार आहोत, थोडं त्यांना काही शिकवायचा प्रयत्न करू.”

“चांगलीच गोष्ट आहे.” मी.

“आता तर नुसता पहिला प्रयोग आहे, प्रतिसाद चांगला मिळाला, तर नेहमी येऊन काही काम करू. या डॉक्टरांना खूप उत्साह आहे. मी बेटावरून चौकीदाराला इकडे पाठवतो. दयाराम नाव आहे त्याचं, तो सगळं करेल.” ते सगळे गेले. किष्ना खाली दर्ग्याकडे गेला होता, तो परत आला.

“दर्ग्यावर राहायचं असलं तरी राहता येईल. इथं दयाराम पाशी राहायचं असलं तरी राहता येईल. मी बेटावर जातो, सांजचा येईन” तो गेला. ती मुलं तेवढ्यात माझं सामान घेऊन आली आणि पायऱ्यांवर ठेवून परत गेली. किष्ना एकटा निघून गेला त्याऐवजी मला बरोबर घेऊन गेला असता, तर मला जास्त आवडलं असतं. मी जरा इकडे तिकडे हिंडलो. मग दिवादांडीपाठीमागच्या समुद्रकिनारी उतरलो. भरती पूर्णपणे उतरली होती. साठलेल्या पाण्याच्या डबक्यांमधल्या लहान लहान समुद्री जीवांना बघत बघत हिंडलो. तासाभरानं वर क्वार्टरवर आलो, तिथे भक्कम कमावलेल्या शरीराचा एक उंच-नीच माणूस क्वार्टरला कडी लावत होता.

“दयाराम?” मी विचारलं.

“बोलो साब.” म्हणत तो पुढे आला. “जेवायला काय करू?”

“काही नाही, जमलं तर चहा द्या बनवून.”

“इथं सगळं बनू शकतं. मोठमोठे साहेब राहतात इथे येऊन, सगळं सामान ठेवतो मी.” तो चहा करायला आत गेला. मी रेतीत पाय लांब करून समुद्राकडे बघत बसलो.

चहा पिऊन मी आडवा झालो. जागरण, प्रवासाचा शीण आणि इथली निःशब्द शांतता, सगळ्यामुळं गाढ झोप लागली. जागा झालो तर चार वाजायला आलेले. दर्ग्याकडे जाऊन तिथल्या फकीराला भेटून यावंसं वाटलं. पायऱ्या उतरून थोडं चालत गेलं, की दर्गा येतो. तिथली आसपासची सगळी घरं सताड उघडी होती. फकीराचं स्वतःचं घर पण. दर्ग्यावर कोणीच नव्हतं. गेले असतील जवळपास कुठेतरी म्हणून जरा थांबलो. तेवढ्यात किनाऱ्याशी किष्नाची होडी दिसली.

“बेटावर जायचंय?” त्यानं विचारलं. दर्ग्याला त्यानं लवून वंदन केलं.

"या फकीर बापूंना भेटून मग जाऊ."

"तो तर बेटावर गेलाय्, रात्रीचा परत येईल."

"असं घर सगळं सताड उघडं टाकून?"

"मग? त्याला काय झालं? इथं कोणी कशाला हात नाही लावणार." मग आठवलं, की त्या क्वार्टरला तरी कुलूप कुठंय? कडीच लावतो की फक्त! जरा आश्चर्य वाटलं.

"चल." मी किष्नाबरोबर निघालो. संपूर्ण बेटावर फिरून जवळ जवळ तासाभरानं आम्ही धक्क्यावर पोचलो. इथे माणसांची ये जा खूप आहे. इथून दूरपर्यंत मच्छीमारांच्या गवती झोपड्या, बाहेर सुकत टाकलेल्या मासळीचा वास, यामुळे बेटाचे इथले वातावरण वेगळेच वाटत होते. धक्क्यावर पक्क्या बांधलेल्या इमारतीत बंदराची कचेरी आणि एका बाजूला वायरलेस ऑफिस.

"तू इथं राहतोस?" मी किष्नाला विचारलं.

"नाही, आतल्या बाजूला बेटाच्या वरच्या अंगाला राहतो."

त्यानं मला वायरलेस ऑफिसवरून पुढं नेलं. तिथून जाणारी लहानशी गल्ली, जवळपास लहान पण पक्की बांधलेली घरं आणि गल्लीच्या टोकाला ऑफिस. शेवटी पोस्ट ऑफिस बघितलं होतं. त्याला किती दिवस झाले होते! माझ्या अवस्थेचं मलाच हसू आलं. मी किष्नाचा हात पकडला, "चल, इथं फार वेळ राहिलो तर मी पण कोळी होऊन जाईन!"

चढ चढून आम्ही वर आलो. इथून उजव्या अंगाला गावातली घरं, डाव्या अंगाला शेतमळे, पण मोठे वृक्ष असे नाहीत.

"तू खारवा असून इकडं वरती कसा राहतोस? तू कुठे शेतकरी आहेस?" मी किष्नाला विचारलं. इथं इतके दिवस राहून एक गोष्ट ठाऊक झाली आहे इथल्या लोकांबद्दल. ज्यांचं पोट समुद्रावर अवलंबून ते जमिनीशी संबंध (शेती करण्याचा) ठेवत नाहीत, जे शेतीभाती करतात, ते समुद्रापासून दूर राहतात. एकाच प्रदेशात एकत्र आयुष्य काढतात पण एकमेकांच्या परिसरात कोणी राहायला जात नाही. काहीशी जलचर आणि भूचर प्राण्यांसारखी ही जगण्याची पद्धत शेकडो वर्षं चालत आली असणार. किष्नासारखा उभयचर जीव एखादाच असेल!

"कोळी म्हणालास तर कोळी, शेतकरी म्हणालास तर शेतकरी, नशिबाच्या गोष्टी आहेत या." किष्ना हसून म्हणाला.

"मग तर तुझं घर पाहिलंच पाहिजे." मी मनातलं सांगून टाकलं.

"घेऊन जाईन ना, तुला घर नाही दाखवणार तर कोणाला?" वाटेत पडलेली काटेरी फांदी उचलून बाजूला फेकत तो म्हणाला, "परत जाशील त्याच्या आधी घरी घेऊन जाईन तुला."

आम्ही बेट पार करून समुद्राच्या दुसऱ्या बाजूच्या किनाऱ्यावर उतरलो. इथे बघतो, तो शंख, शिंपले, रंगीबेरंगी दगड यांचा जणू प्रचंड मोठा खजिना! लहान मुलाच्या उत्साहानं किष्ना काही ना काही उचलून मला दाखवत हिंडत होता. पाण्याच्या डबक्यांमध्ये बसलेले जलचर विविध प्राणी त्यानं दाखवले. घोड्यासारखं तोंड आणि माशासारखं अंग असलेले इवले इवले जलघोडे बघून बुद्धिबळाच्या पटावरच्या घोड्यांची आठवण झाली. चालत चालत आम्ही दिवादांडीच्या समोरच्या किनाऱ्यांवर आलो. सकाळी इथूनच खाडी पार करून आलो होतो, आताही खाडी रिकामीच होती. दुपारी भरती येऊन ओसरूनही गेली होती.

"खाडी ओलांडून टाकू." पाण्याचा अंदाज घेत किष्ना म्हणाला.

"पण तुझ्या घरी नाही जायचं?"

"उद्या लवकर येईन घेऊन जायला. आता परत गेलो तर रात्र होईल."

"बरं, मग जा तू, मी जाईन खाडी ओलांडून."

"खाडी भरायला लागलीय् पुन्हा, मी पोचवून येतो तुला." आम्ही घाई गडबडीनं खाडी पार केली. समोरच्या किनाऱ्याला आम्ही पोचलो की लगेचच किष्ना माघारी फिरला. संध्याकाळ झाली होती, दिवादांडीवरचा दिवा दिसत होता. मी क्वार्टरवर पोचलो तशी ओट्यावर बसलेला दयाराम उठून आत गेला.

आज सकाळपासनं किष्नाची वाट पाहत होतो. दयारामला सांगून टाकलं होतं की मी जेवायला नाही. किष्नाच्या घरी आणि तिथून मग समुद्रावर फिरायला जाणार आहे, पण दहा वाजायला आले तरी किष्नाचा पत्ता नव्हता.

"आता साहेब? म्हणत असला तर आता चूल पेटवतो, नाहीतर तुम्ही आताच खाडी ओलांडा. एकदा खाडी भरली की अडकाल इथंच."

"बरं तर." बगलथैला खांद्याला अडकवत मी म्हटलं. "मी जातो. आलाच किष्ना तर मी धक्क्याच्या तिकडे असेन म्हणावं." समुद्रकिनाऱ्यावरनं चालत पण धक्क्यावर पोचता येतं पण बेटावरच्या शेतमळ्यांमधून रस्ता आहे. तिकडनं जावंसं वाटलं. खडक चढून मी वर आलो आणि छोटे छोटे हिरवेगार शेतमळे ओलांडत निघालो. वाडी म्हणजे विहीर असलेलं छोटसं शेत. मोठे वृक्ष क्वचितच कुठे दिसतात. बाकी बारीक सारीक काही पेरलेलं, उगवलेलं हिरवं असेल ती वाडी. असं गवत नसेल, विहीर नसेल ते शेत असा शब्दप्रयोग इकडे रूढ दिसतो. वाडी म्हटली की मातीनं लिंपलेली दगडांनी बांधलेली अशी झोपडी असायचीच. बाहेर झोपडीच्या दाराशी कोणी बसलेलं दिसायचं, मुलं खेळत असायची. कुठे वावरत कोणी काम करत असतं. हे गवतासारखं हिरवं काय लावलंय ते मला ओळखता येत नाही.

एका वाडीवर झोपडीच्या दाराशी टाकलेल्या बाजेवर बसल्या बसल्या एक

म्हातारा हुक्का ओढतोय्. मी वाडीच्या कवाडाशी उभे राहून विचारले. "आजोबा, हे काय पेरलंय?"

"तिकम. पण इकडं आत या ना. असं दूर उभं राहून का विचारता?"

त्यानं उठून दुसरी खाट तिथं उभी केलेली होती ती आडवी टाकली. "तिकम?" मी आत जाता जाता नवलानं विचारलं. हे धान्याचं नाव मी कधी ऐकलंच नव्हतं.

"तुमचं नाव नाही हो, हे पेरलंय त्याचं नाव विचारताहेत." असं म्हणत एक सावळी, नाजुकशी तरुण मुलगी झोपडीच्या मागच्या बाजूनं पुढे आली.

"भाभाला ऐकू कमी येतं." ती मला म्हणाली. (भाभा, भाभू हे शब्द इकडे आजोबा, आजी अशा अर्थानं वापरतात.) म्हाताऱ्याच्या लक्षात आलं तशी 'हो हो हो' करून तो हसायला लागला.

"बंटी पेरलीय्. याला बंटी म्हणतात, अन् त्या तकडं पेरलंय् तो बावटा. या हतं आमच्याकडं ह्यो असलंच उगवतं, दुसरं भारी धान् न्हाय उगवत."

ती रोपं बघूनच कळतंय की कनिष्ठ प्रकाराचं कुठलं तरी धान्य आहे. असलं हे हिणकस धान्य, पाणी चांगलं नाही, सक्त मेहेनत, भीषण दारिद्र्य. सदा सर्वदा सगळ्या वस्तूंचा अभाव असलेल्या स्थितीत जगणारी ही प्रजा. पण तरीही, ही प्रजा नुसतीच कशीबशी जगत नाहीये. अशाही परिस्थितीत ही एक जिवंत प्रजा आहे. ज्याला भेटाल, तो खुशाली विचाराल तर म्हणतो, "छान आहे न् काय!"

इतकी खुमारी येते कुठून यांच्या स्वभावात? कुणी शिकवलं त्यांना दीनवाणं न जगायला? आतापर्यंतच्या माझ्या वनवासानं मला एवढं शिकवलंय, की निसर्ग नुसतंच जीवन टिकवून धरत नाही, तर सतत निसर्गाच्या सान्निध्यात राहणाऱ्याला तो जीवन कसं जगावं, तेही शिकवतो.

तिकम माझ्याकडे बारकाईनं बघत होता. "बेटावर पहिल्यांदाच आला जनू?"

"हां."

मग मी त्या मुलीकडे बघितलं तशी तो म्हणाला, "मुलाची मुलगी माझ्या, देवकी. माहेरपणाला आलीय्." मी मळ्यात इकडे तिकडे बघितलं, त्याचा अर्थ लागलीच उमजून तो म्हणाला, "हिचं आईबाप गेल्यात लहान्या बंदरावर, तुमी तिकडनंच आलायसा न्हवं? का मोठ्या बंदरावरनं? पण मोठं बंदरवाले लोक तर काल परत गेले."

मी नकारार्थी मान हलवली तेवढ्यात नातीनं आजोबांना माहिती पुरवली. "ह्ये तर हादाभटच्या हवेलीतनं आल्याती." अन् मग मला विचारते, "तांडेल आणाया गेला हुता ते तुमास्नीच न्हवं?"

मी होकारार्थी मान हलवली, पण आजोबांना तिचं बोललें ऐकू गेलं नसावं.

"कुटनं?" त्यांनी परत विचारलं.

"इस्टेट बंगल्यावरनं." मी मोठ्यानं सांगितलं. तो बंगला इथे हादाभटची हवेली या नावानं का ओळखला जात असेल? अचानक मला जरा आशा वाटली, की अवल, ती हवेली, हे हादाभट वगैरे सगळी रहस्यं कदाचित् या बेटावर उलगडतील. मी काही विचारणार तेवढ्यात आजोबांनी परत विचारलं.

"हवेलीवरनं? म्हणजे वारारूपकडनं मचव्यातून आलात नव्हं?"

"अहं वराहस्वरूपकडून नाही. बंगल्यावरनं सरळ होडीतनं आलो." मी मोठ्यानं सांगितलं.

तिकमचे डोळे विस्फारले. "तिथनं होडीत कुणी आनलं तुम्हास्नी?" त्याला कमालीचं आश्चर्य वाटत होतं.

"किष्ना. किष्ना तांडेलनं." तिकम घटकाभर माझ्याकडे बघत राहिला. मग नातीकडे बघून म्हणाला "ऐकलंस पोरी ह्यान्ला तांडेल घेऊन आला." मग स्वतःशीच बोलल्यासारखं पुढे म्हणाला "तोच एक. त्याच्या विना असं ये काम कोन करंल?" हुक्क्याचा एक दम खेचत माझ्याकडे बघत मग म्हणाला "पण दरिया त्याला रस्ता दाखवतुया. तो भेंसल्यावर रात्री राहून आला ते काय उगीच?"

इथं तर जुन्या रहस्यांचा धागादोरा मिळायच्या ऐवजी नवीन रहस्यं ऐकायला मिळतायृत! माझी जिज्ञासा खूपच वाढली.

"का? म्हणजे भेंसल्यावर रात्री नाही राहता येत?"

"रात्री?" देवकी मध्येच म्हणाली, "अरे! दिवसासुद्धा कोणी जाऊन दाखवावं! तो काय असा तसा संत आहे? त्याच्या खास जागेवर दरिया काय मानसाला ऱ्हाऊ दिल?" देवकी उलट मलाच प्रश्न विचारायला लागली, ज्याची उत्तरं माझ्याकडे नव्हती.

"खास जागा? तिथं मंदिर आहे का?" भेंसल्यावर मला लांबून तरी काही दिसलं नव्हतं.

"तिथं मंदिर कोण बांधणार?" देवकी उत्तर द्यायच्या ऐवजी उलट प्रश्नच विचारतेय्! "तिथं जाताच येत न्हाई मग मंदिर बांधणार कोण?"

"भाभा," मी तिकमला विचारलं, "भेसल्यावर कोणाची पूजा करतात?"

"दरिया पीराची. त्याची हाये ती जागा. आपल्याला मानसाला कसं घर दार असतंया न्हवं, तसं दरियाचं घर थेट पाताळात. पण कदीमंदी तो निघतो भाईर फिरायला. फिरून थकला म्हंजी इसाव्याला अशा जागी जातो. साऱ्या समुंदरात जिथं म्हणून अशी जागा आसंल त्याला भेंसला म्हन्त्यात. वल्हं मारून मारून दरियापीर थकला म्हंजी जो भेंसला जवळ असंल त्यावर जाऊन झोपतूया. त्या यळंला जर का कोनी मानूस तिथं असंल तर त्याला दरियापीरचं रूप दिसनार. मग काय वो?" एवढं बोलेपर्यंत तिकम आजोबा थकले, ते थांबले, हुक्क्याचा एक दम भरला आणि पाणी प्यायले.

"मग काय वो म्हणजे?" आजोबांनी गोष्ट अर्धीच सोडली ते मला आवडलं नाही. असल्या कपोल कल्पित कथांमध्ये मला का गोडी वाटतेय् असं मनात येऊनही मी विचारलं.

"मग काय म्हंजे ज्यानं पाह्यलं असंल त्यालाच खरं वाटंल. हा दरियापीर म्हन्त्यात. त्याच्या भेंसल्यावर मानूस त्याला भेटला तर कदी रागासबी येतो, कदी खुशीत बी. खुशीत असंल तर सोडून द्येतो, अन् तो मानूस जिवंत असेल तिथवर समुंदर त्याला रस्ता दाखवितो. पन जर का रागास आला तर त्येचं तळपट करतुया!"

किती अंधश्रद्धा आहे इथं यांच्या जीवनात! या परीकथांच्या कसल्या देशात मी येऊन पोचलोय! तिकमचं बोलणं अडाणीपणा म्हणून धुडकावून लावावसं वाटता वाटताच मला माझ्या आजीची आठवण आली. ती तर माझ्या शहरी सुशिक्षित समाजात जन्म गेलेली होती, त्या काळी चांगल्या घरच्या बायका शिकायच्या तेवढं शिकलेलीही होती, तरी तिच्याही गोष्टींमधला समुद्र मानव देह धारण करत असे, माणसांबरोबर बोलत असे. माझ्या आजीवरच्या माझ्या मायेनं मला तिकमची टर उडवण्यापासून थांबवलं, पण त्यांची अंधश्रद्धा दूर करण्याचा प्रयत्न मी केलाच.

"समुद्र काय आपल्यासारखा माणूस का असतो?"

"मग काय नाहीये?" आजोबांची कड घेऊन देवकीचा उलट प्रश्न. "त्या शिवायच का तो इतक्या प्राण्यांना जगवतो? माणूस नसला तरी द्येव तर हायेच का न्हाई?"

'देवकीची एक बोलायची खास शैली आहे. तिच्या आजोबांना तिच्या या वादविवाद घालण्याच्या इर्षेने बोलण्याची मजा वाटत होती. त्यांनी पण नातीची कड घेतली.' "रामाला लंकेला जायचं होतं, तेव्हा कोण प्रकट झालं होतं तर मग? त्या तुमच्या मित्राला रात्री भेंसलापीरावर समोरसमोर कोन भेटलं होतं मग?"

तिकम किष्नाबद्दल बोलत होता. किष्नासारखा माणूस असल्या वावड्या उठवण्यात सामील व्हावा याचं मला नवल वाटलं. आता हा आणखी काय मामला आहे, ते किष्नाकडनं काढून घेतलंच पाहिजे. त्या दिवशी मला तर एवढंच म्हणाला होता की भेंसला म्हणजे एक सरळ सोट उंच खडक आहे, तिथं होडी लावता येत नाही!

"किष्ना कुठे राहतो?" मी विचारलं.

"इथून तिसऱ्या वाडीवर. करवंदांच्या जाळ्यांजवळचे घर." मी उठलो. किष्नाच्या वाडीवरचे भुरकट रंगाच्या दगडांनी बांधलेलं आणि कौलांनी झाकारलेले छोटेसे घर बंद होते. समोरच्या वाडीवर विचारले तर समजले की दोघेही धक्क्यावर गेली होती केव्हाची. बेली (किष्नाची बायको) दळण दळून आणायला वारारूपला जाणार होती, एव्हाना यायला हवी होती. मी धक्क्याच्या बाजूला जावे असा विचार करत होतो. तेवढ्यात समोरून डोक्यावर पिठाचा डबा आणि कमरेवर एक बांबूची टोपली

घेतलेली एक खारवा जातीची स्त्री येताना दिसली. लाल रंगाचं जाडंभरडं नेसू गुडघ्यापर्यंत नेसलेले, डोकं आणि पाठ झाकली जाईल अशी हिरव्या रंगाची ओढणी, आणि पाठ उघडी राहते तसले अंगातले पोलकं इकडच्या पद्धतीचे, त्याला कमखा म्हणतात. आणि त्यावर रेशमी भरतकाम केलेले असते. तूच बेली ना म्हणून मी तिला विचारणार तेवढ्यात तिनंच मला ओळखलं.

"मी दर्ग्याकडेच येणार होते." म्हणत तिने कमरेवरचे टोपले डोक्यावरच्या डब्यावर ठेवून कुंपणाचे कवाड उघडलं. मी तिच्या पाठोपाठ वाडीत शिरलो. टोपलं, डबा आणि डब्याखालची इंढोणी (टेकू) ओट्यावर ठेवून तिनं झोपडीच्या दाराची कडी काढली.

"डबा घरी ठेवून येणारच होते." ती घरात गेली, मी बाहेर कट्ट्यावर बसलो. बेलीनं चकचकीत पितळेच्या लोट्यात मला पाणी आणून दिलं. मध्यम वयाची ही स्त्री तिच्या तरुण वयात आसपासच्या सगळ्या परिसरात सगळ्यांना ठाऊक होती. यात नवल नव्हतं. तिच्या साऱ्या हालचाली, रूप, काही आगळंच आहे. खांबाला टेकून ती जमिनीवर बसली.

"किष्ना कुठे आहे?" मी विचारलं

"तो तर गेला दरियावर." शांतपणे बेलीनं सांगितले."उजाडतच वायलेस (वायरलेस) आला हुता, कुठंशी थापडा सुटलाय् म्हून." किष्ना असा मला बेटावर सोडून निघून गेलेला समजून मला रागच आला. त्यात आणि थापडा म्हणजे काय न् तो सुटायचा म्हणजे काय, ते तर मला मुळीच कळलं नाही. डोक्यावरची ओढणी सारखी करत बेली म्हणाली, "मला सांगून ग्येलावता दर्ग्यावर तुम्हास्नी सांगाया म्हून येणारच व्हते."

"खरा आहे ना तांडेल" मी रागानंच म्हटलं.

"मला आता काही समजत नाही मी काय करायचं ते!" बेली हजर नसती तर किष्नाची मी चांगलीच हजेरी घेतली असती.

बेलीला माझ्याकडे बघून हसू आलं. उठून ती ओट्यावर दुसऱ्या टोकाला बसत म्हणाली, "पण तू कशाला म्हणून रागावतोयस? तांडेल काही घर उचलून घेऊन नाही ना गेला? जा, तू वायलेस मंदी जाऊन ये, तवर मी भाकऱ्या थापते. तिथं मनरभाय (मनहरभाई) बसला आसंल, त्येला विचारून ये."

मी धक्क्यावरच्या वायरलेस कचेरीत गेलो. आत ठेवलेल्या टेबलावरच्या वायरलेस सेटशी बसून ऑपरेटर काहीतरी खुडबुड करत होता. उजव्या हाताच्या खिडकीपाशी एका बाकावर, लाल हिरव्या चौकटीचे शर्ट आणि विचित्र रंगाची लुंगी घालून दोघं चौघं कोळी बसले होते. एकाच्या डोक्याला गडद हिरव्या रंगाचा रुमाल गुंडाळलेला. एक लहानसा नुसती चड्डी घातलेला पोरगा सोड्याच्या बाटल्या

गोळा करत होता. मी आत गेलो तशी ऑपरेटरनं मान वर करून पाहिलं. खुर्चीकडे हात दाखवत 'या' म्हणाला, त्या पोराला "सोडा घेऊन ये," परत मला "तुम्हाला देण्यासारखं एवढं एकच पेय आहे इथं, चहा खूपदा दुधाशिवायचा प्यावा लागतो." हातातलं कामाचं सामान टेबलावर ठेवून तो खुर्चीवर बसला. ते कोळी सगळे उभे होऊन जायला निघाले, म्हणाले,

"बराय् मग मनरभाय, काही खबर कळली तर कळवा आम्हाला." आणि ते सर्वजण गेले.

"किष्नानं तुम्हाला वराहस्वरूपला पोचतं करायची व्यवस्था केलीय्." ऑपरेटर म्हणाला, "तुम्हीच ना इस्टेटबंगल्यावरनं आलात ते?"

"हां."

"मी मनहर सावलिया, इथं वायरलेस ऑपरेटर आहे."

"किष्ना कुठे गेलाय?"

"सकाळी मोठ्या बंदरावरनं वायरलेस मेसेज आला होता, तिथं एक बार्ज टगबोटपासनं सुट्टं होऊन गेलंय्. दोन तीन खलाशी त्या बार्जवर आहेत." मला जरा जरा लक्षात येऊ लागलं होतं.

"बार्जला इथले लोक थापडा म्हणतात, तो एक सपाट कन्टेनर असतो." हातवारे करून मनहर समजावून देत होता. "बार्ज आपला आपला चालत नाही, त्याला सुकाणू असतं, इंजिन नसतं. टगबोटला बांधून त्याला स्टीमरपर्यंत घेऊन जातात. स्टीमरवर माल चढवायचा किंवा स्टीमरवरचा माल बंदरापर्यंत आणायचं काम हे बार्ज करतात."

"मग तो काय सुटून गेला काय?" मी आपलं उगीचच म्हटलं.

"मोठ्या बंदराला स्टीमर लागत नाही कारण बंदरात माती भरलीय्. समुद्रात आत दहा एक मैलांवर स्टीमर थांबते. तीन बार्ज जोडून एक टगबोट चालली होती. स्टीमरकडे, त्यातला शेवटचा बार्ज सुटला."

"कमाल आहे, बार्ज सुटला न् कोणाला कळलंच नाही?"

"हा बार्ज म्हणजे असा बसक्या घाटाचा असतो. ना, चट्‌दिशी दिसत नाही. मोठाल्या लाटा असतात आणि त्यात ही रात्रीची शेवटची खेप होती."

"मग आता? सापडेल?"

"सापडेल. सगळ्या लहान मोठ्या बंदरांना कळवलंय. एका रात्रीत जाऊन जाऊन किती दूर जाईल? पण तरी, नेम नाही. समुद्राचं पाणी कुठल्या कुठे जाईल काय सांगता येणार? कदाचित् या बाजूला आला असला तर? म्हणून तपास करायला खारवा पाठवलेत."

"किष्ना कधी परत येईल?" माझ्या मनातली बोच परत वर आली– बार्जवरच्या

खलाशांपेक्षा मला माझीच चिंता जास्त!

"ते तर आता कसं सांगणार? कुठे सापडला बार्ज, तर संध्याकाळपर्यंत परतही येईल. नाही काही पत्ता लागला तर तीन चार दिवस सहज जातील. खारवा कधी हिंमत हारत नाही." मनहर हसून म्हणाला.

"पण दुसऱ्या बंदरापाशी सापडला असला तर?"

"तर लगेच कळेलच. जे जे सगळे तपास करायला गेलेत ते सगळे वायरलेस बरोबर घेऊन गेलेत."

"बरं तर, मी निघतो आता."

मी निघालो तशी मनहर दारापर्यंत पोचवायला आला. निरोप घेताना म्हणाला,

"तुम्हाला निघायचं असेल तेव्हा सांगा. मचवा तुम्हाला वराहस्वरूपपर्यंत पोचवेल. तिथून माणूस पाठवून कबीराला मागवून घ्या. कुणालाही सांगितलंत तरी तो जाऊन घेऊन येईल."

"ओ हो!" मी आश्चर्यानं म्हटलं.

"कबीराची ख्याती थेट इथं या बेटावर पोचलीय् न काय!"

"इथं वस्ती कमी, जनावरं कमी. कुणाकडे नवी गाय आणली तरी सगळ्यांना समजतं. खेरा, पटवा इकडून येणारे भरवाड (गुराखी) म्हणजे आमची वर्तमानपत्रं! आणि भरवाड प्रथम जनावरांच्याच बातम्या सांगणार!"

"बराय्, मी निघतो. आजचा दिवस राहीन म्हणतो. किष्ना आला तर त्याला भेटूनच परत जाईन. नाहीच आला तर मग बघू."

"वायरलेस आहे, बोलायचंय का किष्नाशी?"

"नको." मी परत आलो.

बेली कडुलिंबाच्या झाडाखाली बसून काशाची थाळी घासत होती. मी झापड उघडून वाडीत गेलो. मातीनं माखलेल्या हाताच्या उलट्या बाजूने तिने केस मागे सारले अन् डोकं खाली करून ओढणी डोक्यावरनं पुढे ओढली, मग मला विचारलंन्,

"काही कळलं भाऊ?"

"कळलं थोडं फार, पण नवीन बातमी काही नाही मिळाली."

"येईल त्याचा तो परत. चल, जेवून घे तू." स्वच्छ घासलेली ती थाळी तिनं ओट्यावर ठेवली.

"आणि तू?"

"तर? मी काय उपाशी थोडीच बसणारे?" लाकडाच्या फळीवर तिनं तिची भाकरी ठेवली.

"या बेटावरची वांगी या साऱ्या मुलखात वाखाणतात. इथं धान् न्हाई उगवत पण इथली वांगी खाईल त्याला कायमची याद राहते." ती पण जेवायला बसली.

"बेली, तुझा नवरा तर मोठा शूर वीर दिसतोय!" भेंसला पीरची कथा जाणून घ्यायची इच्छा अजून मनात होतीच.

"का? तुला डुबकी मारवलीन् की काय?" तिनं मिष्किल हसत विचारलं.

"नाही, पण थेट भेंसलावर तो जाऊन आला, म्हणून म्हणतोय्." बेली एकदम स्तब्ध झाली. भाकरीचा तुकडा हातात तसाच राहिला आणि चमकून तिनं माझ्याकडे बघितलं.

"तुला कोणी सांगितलं? तांडेल सांगत होता?"

"नाही, बेटावर ऐकलं, पण खरं झालं तरी काय, ते काही कळलं नाही." मी जेवून उठता उठता म्हणालो, "पण ऐकायचं तर आहेच, की झालं तरी काय?" बेलीचा जणू श्वास कोंडला होता. ती हळूच हसली. "तुला ठाऊक आहे सगळं?" मी परत विचारलं. बेली काही बोलली नाही. जेवण उरकून तिनं मागचं सगळं आवरलं. मग खाट कडुलिंबाखाली खेचून आणून ठेवली आणि आपण समोर जमिनीवर बसली.

"बस, आणि आडवं व्हायचं असंल तर आडवा हो."

"झोप नाही आली, ती भेंसलाची गोष्ट ऐकायची आहे."

बेली भूतकाळात हरवली असेल तशी थोड्या वेळानं हळूहळू सांगू लागली.

"वीस बावीस वर्ष झाली. आमचं लगीन झालं. त्यावर चार वर्षांनी मला ताप येयला लागला. उतरेच ना. समदी म्हनाया लागली भुतानं पछाडलंय् म्हून."

"भूत कसलं आलंय् बेली, डॉक्टराचं औषध घ्यायला पाहिजे."

"त्येच तर तांडेलबी म्हनत होता, तो सात बुकं शिकलेला हाय् न्हवं?"

"बरं, मग?"

"तो म्हनं, मी मंतर उतरवणाऱ्या बुवाला न्हाई बोलवणार, म्येली तरी बेहेत्तर पण डागदराचं औषदच आनायचं. आता तूच सांग, असा बोलला तर कसं वाटंल मला?" याचं उत्तर मी देणार नाही हे ठाऊकच असल्यासारखी ती पुढे बोलू लागली, "माज्या मनानं घेतलं, की मी याच्या मनातनं उतरलीय् म्हूनच ह्यो बोलवत न्हाइ बुवाजीला!"

"अरे! असं कसं होईल बेली?"

"न्हाई हुनार ह्ये तर मलाबी ठावं हुतं, पन तरी मनात आलंच. तू बाई मानूस असतास तरच तुला ह्ये समजनार." स्त्रीची वेदना समजायला मला स्त्रीजन्मच घ्यायला हवा हे मला पटवून देण्याच्या आग्रहाने बेली बोलत होती.

"बरं, मग?"

"मग म्या रडायाच लागले. मी म्हने त्याला, की बुवाजीला न्हाइ बोलवणार तर नगं बोलवू, पन एक नवस बोल माज्यासाठी, तर लग्गेच म्हनाला, की घे

बोललो नवस दरियापीरला, तू बरी झालीस, तर नारळ फोडून येईन दरियापीरला जाऊन.'' मातीत बोटं फिरवत खाली बघत ती सांगत होती. ''आन् मी बरी झाले न् काय!''

''नवसाला पावला तर दरियापीर!'' मी हसलो.

''मुहूर्त बघून जाणार व्हतो नवस फेडाया तर आदल्या रात्री खेराहून माजी एक मैतरीण आली. मला म्हनं, पुरुषांच्या काय बी भरोसा न्हाइ, उगाच आपलं तुजी समजूत पटावी म्हून नवस बोललो सांगत्यात, खरं खरं मनापास्नं बोललं का न्हाय, कसं म्हाईत पडणार?''

त्या रात्री बेलीच्या मनाची काय उलघाल झाली असेल, ती मी आजही समजू शकतो. रुसवा, प्रेम, शंका, प्रेमाचा पुरावा मिळवायची अदम्य इच्छा, कितीतरी भावना या अडाणी कोळणीच्या मनात गर्दी भरून आल्या असतील. मी म्हटलं, ''किष्ना खोटं नाही बोलणार, एवढं तर तुला ठाऊक होतं ना?''

खाली मान घालून बेली म्हणाली, ''व्हय, पण माजं डोस्कंच जणू फिरलं व्हतं. त्याला म्हणाले, तांडेल, खरा खरा नवस तुज्या बेलीसाठी बोलला असलास, तर जा भेंसलावर चडून आनि नारळ फोडून येत. हितं खाली काठाशी फेकशील तर तो दरियापीरला न्हाई मिळायचा!''

''कमाल केलीस तू तर!''

''आम्ही बायकांनी नुसतं म्हणायची खोटी असते की नाही?'' एवढं बोलता बोलता तिच्या ओठावर हसू होतं अन् ती लाजून लालेलाल झाली होती. एक स्त्री या नात्यानं तिचं नवऱ्यावर असलेलं वर्चस्व, जगालावश करू शकणाऱ्या स्त्रीच्या सामर्थ्यावरचा विश्वास तिच्या चेहऱ्यावर ओसंडत होता. ''आन् तांडेल बगा तिथल्या तिथं उठून उभा झाला. म्हणाला, 'आताच्या आता भेंसल्यावर जाऊन नाही पोचलो तर तांडेलची जात नाही सांगणार!' आन् पळत सुटला.''

''बापरे!'' माझ्या तोंडून निघालं.

''तिकडं माजा सासरा गेलेला होडी घिऊन, माजा बापुस बी घरी न्हवता. मी ग्येले पळत तिकमकाकाच्या घरी– इथं जवळच ऱ्हातात त्ये.''

''तिकमला भेटलोय् मी.''

''तर ते पण माझ्याबरूबर पळत निगाले. पन तांडेल काय थांबतुया? ग्येलासुद्धा. आम्ही दर्ग्यावर पोचलो तर होडी जात हुती त्यातला दिवा दिसत हुता!'' एक दीर्घ श्वास घेऊन ती पुढं सांगू लागली. ''मला तर त्या घडीला आसं वाटलं की तांडेलचं बरं वाईट जालं, तर तिथल्या तिथ दरियात जीव द्यावा.'' त्या सगळ्या प्रसंगाच्या कल्पनेनं मला ऐकता ऐकताही धडधडलं. बेलीच्या तोंडावर विषाद होता. ''भेंसल्याच्या माथ्यावर दिवा दिसला तेवा जिवात जीव आलासं जालं.

सारी रात तिथं बसून ऱ्हायलो; पन तांडेल परत ऱ्हाय आला. दुसऱ्या दिशी खारव्यांनी सारा समुंदर धुंडाळला पन ऱ्हाय तांडेलचा पत्त्या, ऱ्हाय त्याची होडी घावली.'' जरा वेळ ती गप्प राहीली, मग माझ्याकडे बघून पुढं सांगू लागली. ''थेट तीन दिवसांनंतर त्या पलीकडच्या खडकांवर सापडला. समदा रगतानं भिजलेला, कोनाला वळखेना. कोनाशी बोलेना. फकीर बापू मग दर्ग्यावर घिऊन ग्येला. पंदरा दिवस दर्ग्यावर तांडेलला एकटा ठिवला. बेटावरच्या कोनीबी दर्ग्यावर जायाचं ऱ्हाय असा पहारा बशिवला. आन् शेवटाला एक महिना जाला, तवा बेटावरती परत घ्येऊन आलं. त्या दिसापास्नं किनाऱ्यावर खारव्यांच्या वस्तीत ऱ्हायाचं सोडलं. तांडेललाबी शपथ घातली, की लांबवर समुंदरात ऱ्हाय जायाचं, शेती करायची.''

बेली उभी राहिली. घरात गेली न् पाण्याचा घडा आणून तिनं लिंबाखाली ठेवला. मग पुन्हा पाय लांब करून मातीत बसली.

''पण किष्नानं भेंसलावर पाहिलं तरी काय?''

''त्ये त्याचं त्याला ठावं.'' बेली शांतपणे म्हणाली. ''त्याला इचारनार कोण आन् त्यो सांगणार कोणाला?''

''का? तुला न विचारायला काय झालं? बायको आहेस त्याची.''

''म्या इचारू?'' बेली रागानं उभी झाली न् वर ओट्यावर बसली. ''अरं! दुसरा खारवाबी न्हाई इचारत. बेटावरचं यवडं प्वारबी न्हाई इचारत. दरियात मरू घातलेला जीव परत मिळाला ना, तर त्येची कोणीबी परत आठवण द्यायची नसते, त्येच्याबद्दल बोलायचंच नसतं, तुला ठावं न्हायं? आन् तू मला, त्याच्या बायकूला इचारतोस की मी का न्हाय इचारत त्येला?''

मी काहीच बोललो नाही. ओट्यावरनं उठून घरात जाता जाता बेली माझ्याजवळ थांबली अन् हळू, अजीजीच्या स्वरात म्हणाली,

''तू सहज बोलता बोलता सुद्धा तांडेलला कधी याबद्दल कायबी इचारू नको. तू ज्याला मानत असशील त्याची आन हाये तुला इचारलंस तर.''

''नाही विचारणार.'' मी तिला खात्री पटेल अशा सुरात सांगितलं, पण तेव्हांच मनात असंही ठरवलं की मी स्वत: भेंसलापीरवर चढून जाण्याचा नक्की प्रयत्न करणार. समुद्राच्या मधेच उभ्या असलेल्या त्या सरळसोट खडकाजवळ जर होडी लावताच येत नसेल, तर तांडेलचा दिवा वर माथ्यावर दिसलायच कसा? अवघड जरूर असेल, पण रस्ता असणारच वर जायचा, तो शोधायचा मी प्रयत्न करीनच.

''बेली, मी क्वार्टरवर जातो. किष्ना आला की लगेच कळवं.'' म्हणून मी उठलो. मग एकदम काय वाटलं, बेलीजवळ गेलो. तिच्या मस्तकावर हात ठेवला न् म्हटलं, ''काळजी नको करू. किष्नाला मी काही नाही विचारणार!''

माझ्या मनावर कायमचं कोरलेलं राहाणार आहे या श्यालबेटाचं नैसर्गिक

सौंदर्य. दिवादांडीच्या झरोक्यातनं संबंध बेट पाहिलं नसतं तर उजाड वाळवंटाच्या इतक्या जवळ असलेल्या या बेटाची पुरती माहिती झाली नसती. समोरच्या बाजूला चमचमणाऱ्या समुद्रापलीकडे वराहस्वरूपची वनराजी, तिथून उत्तरेकडे जाणारी खडकांची रांग नंतर पूर्वेकडे वळून बेटाभोवती अर्धवर्तुळाकारात दिसते. खडक संपले की हिरव्या बाभळींची रांग, ती अर्थात् इथून स्पष्ट दिसत नाही, आणि त्यानंतर लाटांच्या पलीकडे इस्टेट बंगल्याची अंधुक पुसट आकृती क्षितिजावर दिसते. मधे उभा असलेला भेंसल्याचा प्रचंड खडक आणि बाकी बघावं तिकडे अफाट पसरलेला हा सागर.

दयाराम दिवादांडी साफ करतोय्. मी त्याच्याबरोबर दिवादांडी बघायला आलो नसतो, तर मला कधी कळलंच नसतं की अठरा मैल अंतरावरून दिसणाऱ्या या दिवादांडीच्या दिव्याचा उजेड त्याच्या विशिष्ट तऱ्हेच्या काचेमुळे आहे. काचेच्या पाठीमागे दिवा आहे, तो केरोसीनवर चालणाऱ्या पेट्रोमॅक्सच्या मॅन्टलचा. वास्तवीक थोड्या फुटांच्या विस्तारातच याचा प्रकाश पडणार, पण तो केंद्रित करून चकाकणाऱ्या पट्ट्यासारखा दूरवर फेकला जातो ज्या काचेतनं, ती काच त्याच्याभोवती दर मिनिटाला तीन प्रदक्षिणा घालते. किल्लीच्या घड्याळाला असते तशी दात्यादात्यांच्या चक्रावर वजनं लटकावून त्याची अशी रचना केली आहे. त्यामुळे, दरेक मिनिटाला कुठल्याही एका दिशेला अठरा मैल दूरपर्यंत दिवादांडीच्या दिव्याचा उजेड तीनदा दिसतो. रोज वजन परत वर करून ठेवावं लागतं, केरोसीन, हवा, टाकीत भरावी लागतात. काच स्वच्छ चकचकीत ठेवावी लागते. हे सगळं दयाराम वेळच्या वेळी रोज करतो.

मी बाहेर झरोक्याशी उभा आहे. उद्या बेटावरनं परत जावं असा विचार करत. मावळतीच्या प्रकाशात समुद्र चमचमतोय. किनाऱ्याला शिवून परत पळणाऱ्या लाटा या इवल्याशा बेटाला पांढऱ्या फुलांची माळ घालत असतीलशा वाटतात. काळे खडक, पिवळी बारीक 'पणो' नावाची रेती, बेटावरची फिक्या रंगाची माती, मळ्यांमधल्या बंटी, बावटा यांच्या रोपांची हिरवी चादर, मधे मधे डोकावणारी लाल, काळी छपरं, मधून जाणाऱ्या पायवाटा. या एवढ्याशा बेटावर निसर्गानं रंगाची किती सजावट केलीय्. बेलीचं घर इथून दिसतंय्. कौलारू छपराखालच्या ओट्यावर बसल्या बसल्या कदाचित् ती किष्नाची वाट बघत असेल, नाहीतर मनहरभाईकडे ओट्यावर बसल्या बसल्याकदाचित ती काही बातमी कळली का, ते विचारायला गेली असेल.

किष्नाची वाट बघावी का? मला बेटावर थांबण्याची इच्छा झाली.

"हा. चला आता वेळ झाली." दयाराम काम संपवून केबिनच्या बाहेर येत म्हणाला. "मजा येते, नाही?"

“मजा तर येणारच ना? समुंदराच्या मंदी नव्वद फूट उंचावर उभं ऱ्हाऊन ह्यो समदा भाग बघायचं कोनाला ऱ्हाई आवडनार?”

“तुला आवडतं? रोजच्या रोज एकच एक काम, एकच एक जागा. कंटाळा नाही येत?”

“समुंदराचा कंटाळा येनारं माणूस म्यां अजून पाहलंच ऱ्हाई.” दयारामच्या उत्तराचं मला नवल वाटलं.

“तुझं घर दिसतं इथून?”

“तेऽऽ पहा.” त्यानं गावाच्या बाजूला हात दाखवत म्हटलं,

“या बाजूला टोकाचं. ते पक्कं घर दिसतंया ऱ्हवं, त्याच्या बाजूला. ती शगाळता शेटची हवेली. उखळी तिथंच आहे. तुम्ही ऱ्हाई पाहिली अजूनी?”

“नाही.”

“मग इथं बेटावर आल्यासारखं पाहिलंत काय? इथं यात्रेकरू येतात ते तर पहिल्यांदा उखळीच बघायला जातात.”

“ते यात्रास्थान आहे?”

“तर? चेलेय्याची गोष्ट तर ठावं असलं ना?”

“हं, तशी सगळी नीट आठवत नाही, लहानपणी ऐकली होती खरी.”

“तीच. त्याच चेलैय्याचं डोकं ज्या उखळीत त्याच्या आईनं कांडलं म्हन्त्यात, ती उखळी इथं हाये. शामळशेटच्या हवेलीत. हवेलीत आता धरमशाळा हाये.” जरा वेळ मी त्या धर्मशाळेकडे बघत राहिलो.

“चला, परत जाऊ या.” म्हणत मग केबिनमध्ये गेलो. अजून सूर्यास्त झालेला नाही, पण नियमाप्रमाणे दिवादांडीचा दिवा संध्याकाळी साडेसहाला पेटवायचा असतो. दयारामनं मॅन्टल पेटवलं, मग आम्ही जिना उतरून खाली आलो.

“चल, उखळी बघून येऊ.”

“आता ह्या येळी? उशीर ऱ्हाई व्हनार?”

“होईल तर होऊ दे. तू नंतर तुझ्या घरीच जा, मी परत येईन. बारा वाजेपर्यंत आज खाडी रिकामीच असेल ना?” आम्ही निघालो.

“दयाराम, तुझ्या घरी कोण कोण आहे?” मी खाडीचे खडक चढता चढता विचारलं. “आई हाये अजून. शंभराला चार उणी हायेत तिला. मग आमी दोघं. एक पोरगा होय. दुकान घातलंय त्येनं. दोन पोरी हायती. लगीन करून दिलाय् दोगींचीबी.”

“कशाचं दुकान?”

“हतं दुकान म्हंजी समदंच मिळतं त्येच्यामंदी. भाजीपाला, सोडा, दानापानी, कापडचोपड, समदंच. घरातच घातलंया दुकान. कुऱ्हाडी फावड्याचे फाळे पण ठिवतो.”

दयारामनं शगाळता शेटची हवेली, धर्मशाळा दाखवली. संध्याकाळच्या उजेडात मीही उत्सुकतेनं सारं बघितलं. चौकाच्या मधोमध, दगडात कोरून केलेलं मोठं उखळ होतं. त्या संबंध बेटावर एवढं मोठं पक्कं बांधकाम फक्त ही हवेलीच असणार. दयाराम मग मला त्याच्या घरी घेऊन गेला. त्याच्या मुलाचं 'दुकान' म्हणजे घराच्या भिंतीत एक लहान खिडकीसारखं केलेलं दार, दोन तीन लाकडी फळ्यांवर डाळ, तांदूळ, तेल यांचे डबे. पत्र्याच्या लहान डब्या सटर फटर वस्तूंच्या, थोडे कापडाचे तागे, दोन चार ओढण्या. ह्या दुकानात मिळत होतं सगळं, पण शेर दोन शेरांपेक्षा जास्त नाही, जास्त मागितलं, तर दुकानच रिकामं व्हायचं! दयारामनं खाट आडवी करून मला बसवलं अन् घरात चहा करायला सांगितलं. चहा पिऊन मी निघालो.

"पोचवायला येऊ?"

"नको, नको. मी जाईन की आपला आपला."

"सांभाळून जा." दयारामनं मला टॉर्च दिला. "हा ठिवा जवळ. खाडीत नीट दिसणार नाही, तर असू दे." गावाच्या छोट्या गल्ल्या संपल्या नि मोकळी शेते लागली. तिथेच धक्क्याच्या बाजूनं येणारी बेली भेटली.

"कुठे गेली होतीस?"

"अरे! तू अजून इथंच!" म्हणत ती थांबली. "मी ग्येलेवते मनरभायकडं, खबर इचारायला."

"मी दयारामबरोबर धर्मशाळा बघायला गेलो होतो. काही खबर मिळाली?"

"न्हाय." बेलीच्या आवाजात चिंता होती.

"थापाडावर तर पानीबी नसतं प्यायाला. माल भरलेला, त्यात खान्यासारकं काय आसंल तर बरं, न्हाई मंजी खायाला बी न्हाय!" बेली किष्नाची चिंता करायच्या ऐवजी ह्या बार्जवरच्या खलाशांची चिंता करत होती! माझ्याही मनात आलं, कोण कुठली ती माणसं, ना ओळखीची ना पाळखीची, पण आता वीस पंचवीस तास होत आले, ह्या अफाट पाण्यात, आशानिराशांच्या वावटळीत त्यांची काय दशा असेल, ह्या कल्पनेनंही अंगावर काटा येत होता. बेलीच्या तोंडावर चांदण्याच्या मंद प्रकाशातही काळजीच्या रेषा स्पष्ट दिसत होत्या. ती हळूच बोलली,

"समुंदर काही धरून न्हाई ठिवनार, भरतीबरुबर काठावर आणून सोडंल, पण तो पोत्तर, खानंपिनं काय बी न्हाय!"

"बेली, बार्ज बुडणार तर नाही?"

"वादळ जालं तर डुबंल बी, न्हाई तर न्हाई डुबणार. पन जर का खडकावर जाऊन आपटलं तर तुटून जानार. त्याला चालवायचं काईबी साधान न्हाई ना?"

"मग ते खलाशी? त्याचं काही बरं वाईट तर नसेल झालं?"

"ते तर जमीन दिसली तर पोहून किनाऱ्याला पोचूनच जाणार, पण किनारा जवळ असला तर." बोलता बोलता बेलीचा स्वर बदलला.

"दरियावर ग्लेयं मानूस, की परत न्हाई आलं तोपोत्तर वाट बगायची. तो बुडून ग्येला याची काही शाबिती मिळंस्तंवर वाट बगायची. वाट बगता बगता जलम निगून जातुया, पन वाट बगायची."

वातावरण एकदम उदास झालं. तेवढ्यात समुद्रावर आकाशात शुक्राची चांदणी झगमगायला लागली. विषय बदलायला मी म्हटलं,

"ती बघ बेली, शुक्राची चांदणी. किती छान चमचमतेय्!"

"कुठली? त्यो कंदील म्हंतायसा?"

"कंदील?" शुक्राची खूप नावं मी आजवर ऐकलीयत, पण त्याला कंदील म्हटलेलं आजच ऐकलं!

"त्याला कंदील म्हणता तुम्ही?" मी खात्री वाटेना म्हणून विचारलं.

"तर? न्हाई दिसत त्यो कंदिलासारका?" दुसऱ्या दिशेला लांबवर दिसणाऱ्या माचव्याकडे बोट दाखवत ती म्हणाली, "तो बगा माचव्यातला कंदील." समुद्रापासून जरा वर तो कंदील दिसत होता, माचवा दिसत नव्हता. बेली पुढं म्हणाली, "ती चांदणी आता जरा उंचावर हाये, पन खाली उतरंल तवा कंदिलावानीच दिसतीया, आनि कोनी कोनाची वाट बगत आसंल तर फसगत होतीया." मग परत माझ्याकडे बघून पुढं म्हणाली, "याचं आनखी दुसरंबी नाव हाये, 'छोकरा ढीबणियो' (मुलांना मार बसवणारा!) माय आखा दिवस काम करून करून थकलेली आसतीया, घरात खायाला काईबी नसतंय्, घरमालक ग्येलेला होडी घिऊन, अन् तशात ह्ये चांदणी उगवती आन् पोरं येतात थकून भागून घरी, भुकेजलेली. आता न् आता खायाला दे म्हन्त्यात. मंग माय काय करनार? आपल्या कर्माला रडत जानार न् पोरांना मारत जाणार!"

निसर्ग सौदर्याचं एक अत्यंत सुंदर प्रतीक अशा ह्या शुक्रताऱ्यानं मला नेहमी मोहून टाकलेलं आहे. त्याचं लखलखीत उज्ज्वल दर्शन किती कविकल्पनांना जन्म देऊन गेलं आहे, पण आज बेलीचं बोलणं ऐकल्यावर तेच दर्शन उदास भासायला लागलं. ह्या पुढे जेव्हा जेव्हा शुक्राची चांदणी दिसेल, तेव्हा तेव्हा समुद्रावर गेलेल्या मच्छीमारांची वाट बघणाऱ्या, त्यांच्या मचव्याचा दिवा दिसतोय का, ते समुद्रावर शोधणाऱ्या आणि शेवटी थकून भागून आपल्याच पोटच्या पोरांना मारपीट करणाऱ्या स्त्रियांच्या अपार मनोवेदना पण जाणवतील.

बेलीची वाडी आली.

"बेली, मी उद्या परत जाईन." मी पुढे जाता जाता सांगितलं.

"थांबनार न्हाई? तांडेलाला येऊ द्या तर परतून, तो पोचवून यईल न!"

"नको, उशीर होईल. किष्ना आला की भरवाडांबरोबर निरोप धाडा मला. परत येईन केव्हातरी."

"अंधारात खाडीत जमंल जायाला? का येऊ पोचवायला?"

"नको टॉर्च आहे ना बरोबर. आणि आता रस्ता पण ठाऊक आहे ना!" मी पुढे निघालो. आता सगळीकडे अंधार होता, पण चांदण्यांच्या उजेडात जवळच्या अंतरावरचं सगळं स्पष्ट दिसतंच. जरा जरा वेळानं आकाश भेदून निघून जाणारा दिवादांडीचा प्रकाश झोत रात्रीच्या सौंदर्याला उजळा देतोय्. समुद्रावरनं येणारा मंद वारा, दुरून ऐकू येणारा ओहोटीच्या लाटांचा मृदु आवाज आणि पायाखाली ह्या बेटाची खडबडीत पण शांत भूमी. सौंदर्य फक्त दिसलं तर अनुभवता येतं ही कल्पना आज खोटी वाटतेय्. ह्या रम्य, शांत रात्रीनं माझ्या समग्र चेतनेला आपल्या सौंदर्याचा अनुभव करून दिला आहे. त्या अद्भुत वातावरणात चालता चालता, मी खाडीजवळ केव्हा आलो, खाडीत केव्हा उतरलो, अन् बाहेर येऊन माझ्या खोलीपर्यंत केव्हा पोचलो ते लक्षातही आलं नाही. साऱ्या वाटभर मी एकदाही टॉर्च लावलाच नव्हता!

धक्क्यावर बसल्या बसल्या रात्री बघितलेले श्याल बेटाचे सौंदर्य आठवत होते. माचवा तर दहा वाजता येईल, अजून दोन तास अवकाश होता. मासळीच्या वासापासून दूर जायला आणि चहा मिळाला तर प्यायला, गावाकडे निघालो. दयारामच्या 'दुकानात' पोचलो, तर चहा मिळेलच!

"या साहेब, बापू तर गेले दिवादांडीला." दयारामच्या मुलानं स्वागत केलं.

"भेटला मला तुझा बापू. मी जातोय् परत आता. माचवा यायला वेळ आहे म्हणून इकडे आलो."

"बसा ना." पत्र्याची घडी केलेली खुर्ची उलगडून दाराशी रस्त्यावरच ठेवत तो म्हणाला, "चहाचं सांगून येतो."

"दुकानात ठेवलेल्या रंगीत ओढण्या बघता बघता एकदम मला बेलीसाठी काहीतरी घ्यायची इच्छा झाली. आयुष्यात प्रथमच एखाद्या स्त्रीसाठी काही खरेदी करायचा विचार मनात आला होता! दुकानात आहेत दोन-तीनच ओढण्या, तेव्हा निवड वगैरे करायला फारसा वाव नाहीच. तरी आपला किती वेळ त्या ओढण्या हातात घ्यायच्या, खाली ठेवायच्या, असं करत राहिलो. शेवटी दुकानदारानंच ठरवून टाकलं, 'घ्या, तुम्ही आपला चहा प्या बरं, मी ही लाल डिझाइनची ओढणी बांधून देतो तुम्हाला."

बहुतेक तीच माझी पण पसंती असणार होती अशा विचारानं खूष होऊन मी उभा झालो. वर्तमानपत्राच्या कागदात गुंडाळलेली ओढणी घेऊन बेलीच्या घराकडे

गेलो. आज पण बेलीचं घर बंदच. जरा वाट बघितली, मग शेजारच्या वाडीपाशी गेलो. तिथं एक लहान मुलगा मातीत रेघोट्या ओढून एकटा एकटाच काहीतरी खेळत होता.

"बेली कुठं गेलीय?"

"माहीत नाही, कामाला गेली असंल."

"माझं एक काम करशील? बेली आली की तिला हे दे. दिवा दांडीला राहात होता तो भाऊ द्यायला आला होता असं सांगायचं." मी पुडकं त्याच्याकडे द्यायला हात पुढे केला.

"ते मग मला कशाला देतोय्स?" त्याला भलतंच आश्चर्य वाटत होतं. "बेलीच्या दाराच्या कडीला ठेव ना अडकवून." निर्मळ हसत तो म्हणाला, "इथं कोऽणी घेऊन जाणार नाही, ठेव तू आपला." आणि बेलीच्या दाराच्या कडीत ते पुडकं अडकवून ठेवून मी धक्क्याकडे परत गेलो. मचवा आला होता. मी भराभरा माझं सामान वर चढवलं आणि मच्छीमार, भरवाड आणि मजूर ह्या सगळ्यांचा एक संयुक्त विशिष्ट वास येणाऱ्या त्या गर्दीत जागा मिळवून बसलो.

बेट हळूहळू दूर गेले. वराहस्वरूपला न जाता मचवा तिथून एखादा किलोमीटर उत्तरेला एका लहानशा महादेवाच्या मंदिराशी लागला. इथून चालत वराहस्वरूपला जायचं असतं, असं मला भरवाडांनी सांगितलं. कारण असे की तिकडे रेती फार आहे, मचवा लावतता येत नाही, इकडे लावता येतो. त्या सगळ्या टोळक्या बरोबर चालत चालत मी वराहस्वरूपला पोचलो. दोघा तिघांनी, मी काही न सांगताच माझं सामान उचलून घेतलं होतं. खूप दिवसांपासून ज्या जागेचा उल्लेख ऐकत आलो होतो ती ही वराहस्वरूप नावाची जागा कुणालाही आवडेल अशीच आहे. जिथे वाळू संपते, तिथे खडकाळ समुद्रतटाला लागूनच, आजूबाजूला ज्वारीच्या पिकांनी हिरव्यागार दिसणाऱ्या वाड्या असलेलं बदाम, वड नारळी अशी झाडं चारी बाजूंनी असलेलं खूप प्राचीन मंदिर.

ईश्वर, अवतार, पुरातत्व, स्थापत्य हे सगळे विषय मला अवघड आणि गूढ वाटतात. आतापर्यंत यातल्या कुठल्याच विषयाचं खास आकर्षण मला वाटलेलं नाही. पण आज मात्र हे मंदिर बघितल्यावर वाटतंय्, की कुठल्याही ठिकाणाकडे विशिष्ट काळाशी संलग्न अशा दृष्टीनं बघितलं, तर त्याच्या आकर्षणाची जादू मनावर जास्त पसरते.

पक्का दगडी तट चारी बाजूंनी असलेले हे मंदिर मधोमध विशाल चौकात उभं आहे. दगडी तटाला उंच कमान असलेला दरवाजा आहे. त्या दरवाजाच्या वर आहे माढ मेडी म्हणजे वाजंत्र्यांना बसायची जागा. तटाच्या रुंद भिंतीतनंच दगडी जिना आहे वर जायला. संपूर्ण तट वरून हिंडण्याइतका रूंद आहे. बाहेरच्या वडाच्या

फांद्या तटाची भिंत ओलांडून चौकात झुकल्या आहेत.

मंदिर कोणी बांधलं? किती जुनं आहे? ह्या विषयी पुजाऱ्यासकट गावातले सगळे लोक अज्ञानी आहेत. स्वतःच्या दाताच्या टोकावर पृथ्वी टेकवून ती समुद्रातून बाहेर आणणाऱ्या वराह अवताराची काळ्या पाषाणाची सुंदर मूर्ती असलेलं असं वराह मंदिर आणखी कुठे असेल की नाही, ते मला ठाऊक नाही. पण इथं मी हा प्रश्न इतरांना विचारला तेव्हा मूर्खपणा केलासं वाटलं; कारण उत्तर मिळालं–

"प्रिथ्वीला समुंदरातनं भाईर काडलं वारारूपनं, ती जागाच ह्यो, तवा मंदिर इथंच असणार की वं, दुसरीकडं कसं आसंल?"

असो! असो! अशा अनेक दंतकथा, श्रद्धा, समजुती यांनी भरलेल्या ह्या प्रदेशाचा आता मीही एक रहिवासी आहे. मत्स्य– कूर्म– वराह– जसजसं पृथ्वीवर जीवन विकसित होत गेलं, तसतसं जीवनाच्या प्रत्येक स्वरूपाला ईश्वराचं रूप देणारी ईश्वराबद्दलची कल्पना, ही जीवनविषयक कल्पनांपेक्षा फार काही वेगळी नसावी असं वाटतं.

दुपारनंतर त्या छोट्याशा गावात जरा फिरावं आणि मंदिर किती जुनं आहे त्याबद्दल काही समजलं तर बघावं अशी इच्छा होती. कुणाला तरी हवेलीवर पाठवून कबीराला आणवून घ्यायची व्यवस्थाही करायची आहे. पण दुपार होईपर्यंत एकदम प्रचंड पाऊसच पडू लागला. पुजाऱ्यानं मला दिंडी दरवाजाच्या वरची माडी साफ करून दिली. तिथं बसून दूर खडकांवर पडणारा पाऊस बघत राह्यला मजा वाटली. असंख्य मोरांच्या केकारवानं वातावरण रम्य झालं होतं. कितीतरी दिवसांनी मोकळ्या आवाजात केकारव करणाऱ्या मोरांचा आवाज ऐकायला मिळाला. कितीतरी मोर तर तटाबाहेरच्या वडावरच होते. पाऊस सबंध रात्र पडत राहिला. सकाळी गावातले एक दोघे इरली डोक्यावर घेऊन आले न् भेटून गेले आणि काही काम असलं तर निरोप पाठवा असं सांगून गेले. पूजाऱ्याने स्वतः बरोबर माझ्या जेवणाची व्यवस्था केली आणि कोणाला निरोप पाठवून बोलावून घ्यायची गरज पडण्यापूर्वीच संध्याकाळी पाऊस थांबलाही.

आता याच्यापुढे कबीराला आणायला कोणाला पाठवावा तर आणखी उद्या पण इथंच थांबावं लागेल. कारण कोणी चालत चालत हवेलीपर्यंत जाऊन परत येईपर्यंत दीड दिवस तरी जाणार. कालच्या पावसानं माझी पंचाईत केली. आता उद्या सकाळी सामान कुणाच्यातरी जवळ देऊन चालतच जावं झालं. संध्याकाळपर्यंत घरी पोचताही येईल. मी सामान बांधलं आणि उजाडायची वाट पाहात आडवा झालो.

सकाळी उठून बघतो तो कबीरा जिन्याखाली उभ्या उभ्या ज्वारीचे दांडे खातोय! मी दिसताच त्यानं पाय नाचवून, चामडी थरथरवून आनंद व्यक्त केला. समोर

मंदिराच्या बाहेरच्या ओट्यावर बसून नूरभाई चहा पीत होता! “अरे! नूरभाई! तू कसा इथं?”

“काल हा पाऊस पडला ना, तेव्हा गेलो होतो बंगल्यावर. तिथं समजलं की तुम्ही बेटावरनं निघालायृत आणि वारारूपला पोचलायृत. म्हणून आलो मग इथं. तुम्हाला घेऊन जाणं आणि बरोबर हिंडायला जाणं दोन्ही एकात होऊन जातील!”

“केव्हा आलास?”

“अंऽऽ आता बघाना, झाली असेल अर्धी रात्र. इथं मंदिराच्या ओट्यावर झोपलो होतो. आपलं तर असंही अल्ला भरोसेच सारं चालू असतं!”

हिंदू मंदिराच्या ओट्यावर अल्लाभरोसे अर्ध्या रात्री येऊन निवांत झोपून जाणाऱ्या त्या पठाणाकडे मी बघत राहिलो.

“अरेच्या, पण अशा हवेत रात्रीचं निघायचंच कशाला?” मलाही अलीकडे इकडच्या लोकांसारखे शब्दांना गोड हेलकावे देत बोलायची मजा यायची.

“कबीराला तर नुसतंच पळायचं होतं, अन् माझा घोडा तर रात्रीची चौकी करण्याच्या कामात खूप हिंडायची सवय असलेलाच. मग दौडवलं दोघांना न् काय!”

“कमाल आहे तुझी तरी! जा, गावात काही गरम, ताजं खायला मिळालं तर घेऊन ये, खाऊं या. मी तोवर निघायची तयारी करतो, मग निघूच ह्या खाऊन.”

“ताजं म्हणजे ह्या गाठिया न् कांदे, ते घेऊनच आलोय्. आंघोळ केल्याशिवाय खाल्लेलं तुमच्या धर्माला नडत नसेल तर खाऊन घ्या आधी, मग करा आंघोळ.”

आंघोळ करायच्या आधी चहा नाश्ता करायला माझी काही हरकत नव्हती. नाश्ता आटोपून मी तटाच्या पाठीमागच्या बाजूच्या लहानशा खिडकीतनं समुद्रावर जायला उतरलो. किनारा खडकाळ आहे, समुद्रात उतरून पोहणं धोक्याचं. एका खडकावर बसलो मांडी घालून आणि जाता येता समुद्र मला आंघोळ घालत राहिला! जराशानं नूरभाई पण तिथं आला.

“मोर पाहिलेत?”

“पाहिले नाहीत, ऐकले बरेच. दोन दिवस पावसात बघायला बाहेर निघण्यासारखं नव्हतंच.”

“उभे व्हा, दाखवतो.”

मी उभा झालो न् तसाच ओलेत्यानं त्याच्यामागे गेलो. आम्ही एका उंच खडकावर चढलो. तिथून मागच्या किनाऱ्याजवळच्या दरडी खाली दिसत होत्या, त्यात मोरांचे थवेच्या थवे! इतके मोर एका जागी एका वेळी मी कधीही पाहिले नव्हते आणि परत कधी पाहीनसं वाटत नाही. भरतीच्या वेळी खडकांच्या मधल्या खोल घळीतनं पाणी भरतं अन् मग ओसरतं तेव्हा समुद्र तिथे मागे टाकून जातो

असे समुद्रातले अनेक लहान मोठे जीव असतात, ते ह्या मोरांचा चारा बनतात. मोर असे समुद्रप्राणी खातात, हेही मी आजच पाहिलं. त्या भुरकट रंगाच्या खडकांच्या घळ्यांमधनं स्वतःचे अनेकरंगी पंख आणि लांब लांब पिसारा मिरवत हिंडणारे असंख्य मोर तिथं होते. मी स्तब्ध होऊन बघत राहिलो.

"याला म्हणायचं अल्लाची करणी." नूरभाई उद्गारला.

"आता अजून दोन तीन दिवसांनी हे सगळे मोर वरच्या बाजूला जमिनीवर जातील. पाऊस पडलाय् तेव्हा आता त्यांना खाण्यासारखं काही ना काही उगवेलच."

मोरांसारख्या सुंदर पक्ष्यांनाही जिवंत राहण्यासाठी समुद्रकाठच्या खडकांमधल्या घळींमधनं भटकावं लागतं इतका पराकोटीचा उजाड होत चाललेला हा खाऱ्या मातीचा प्रदेश. कदाचित् त्याच्यात आता काही उगवण्याची क्षमता राहिलीच नसेल आणि असेलच काही बाकी, ती आता रसायनिक कारखाने नष्ट करतील. मग तर हे वड, बदाम आणि उरल्यासुरल्या नारळी तरी राहतील का नाही कोण जाणे! काय होईल ते बघायला मी इथे नसेनच– विनाशाचा पाया तयार करून मी निघून जाईन, ह्या घरतीच्या उरल्या सुरल्या जीवांना त्यांचं उरलेलं आयुष्य असेल तितके दिवस पोसायची जबाबदारी ह्या समुद्रावर सोपवून! मनात असं येत होतं ते कमी होतं म्हणून की काय, नूरभाई म्हणाला,

"या जगात माणसानं काय कमी का विनाश केलाय? त्याचं चाललं तर आयांचं दूध सुद्धा आटवून टाकेल माणूस!"

माझ्या खाऱ्या पाण्यानं भिजलेल्या ओल्या पाठीवर चाबकाचा फटकारा बसावा, तसं वाटलं मला! मी न बोलता तोंड फिरवलं. 'कर्मण्येवाधिकारस्ते' हा उपदेश ज्या भूमीनं दिला तिथं वाढलेला मी जड पावलांनी माझं बाकी राहिलेलं काम पुढे चालू करायला बंगल्याकडे जायची तयारी करायला परत निघालो. एक दगड गडगडत खाली गेला, त्याच्या आवाजानं दचकून एका मोरानं आवाज दिला अन् मग दुसऱ्या अनेक मोरांचे आवाज त्याच्या आवाजात मिसळले.

मंदिराच्या वाडीत येऊन मी गोड्या पाण्यानं आंघोळ केली, ओले कपडे सुकवले आणि घोडाही तयार केला. "वरच्या बाजूनं जाऊ या." नूरभाईनं सुचवलं. पक्षी बघायला मिळायची आणि बाभळींच्या रांगेतनं जायची संधी मिळत असेल तर नूरभाई कधी दरिया किनाऱ्यानं जाणार नाही हे मला ठाऊकच आहे.

"हा दोन दिवस पाऊस पडला म्हणून पक्ष्यांना चारा मिळेल नाही का आता?"

"तोऽ पहा तो हिरवा पक्षी."

चिमणीहून जरा मोठा गर्द हिरव्या रंगाचा पक्षी दिसला.

"त्याच्या शेपटीतून एक तार निघतेय्, दिसली?"

"हां."

"पतरंगो म्हणतात त्याला, बी ईटर."

नूरभाईनं दोन भाषातली त्याची नावं सांगितली. मी चमकलो आणि त्याला काही विचारणार तेवढ्यात तो म्हणाला–

"तो पहा, तो पहा, ए ऽऽऽ उडालाऽऽ आऽऽ हा!"

पतरंगा उडाला, उजता उडता त्यानं चट्दिशी एक उडणारा किडा पकडला आणि हवेतल्या हवेत एक कोलांटी मारून पुन्हा बाभळीच्या फांदीवर जाऊन बसला. पक्षीवेडा नूरभाई भान हरपून तोंडानं होऽऽ हाऽऽ करत त्याची कसरत न्याहाळत होता! मलाही मजा वाटली.

"अरे वा नूरभाई! तुम्हाला तर खूपच माहिती दिसतेय! ही विदेशी नावं पण ठाऊक आहेत ना तुम्हाला तर!"

"वाचून वाचून होतात ठाऊक. बाकी नुसती नावं ठाऊक असण्याचं काय मोठंसं? यांना बघण्याचीच खरी मजा."

"होय, पण माहिती असेल तर जास्त मजा येते. पुस्तकं कुठून मिळवता ह्या असल्या जागी?"

नूरभाईनं त्याच्या पांढऱ्या केसांमधनं हात फिरवला. "माझ्या लहानपणी इथं संस्थानिक राज्य करत होते, तेव्हा राजाचे एक अंमलदार तुम्ही राहाता त्या क्वार्टरमध्ये राहत होते. माझा बाप त्या वेळी राजाच्या चाकरीत चौकीदार होता, त्यामुळं मी बंगल्यावर जायचो. ते अंमलदार– पाठकसाहेब त्यांचं नाव, त्यांच्या बायकोला पक्ष्यांचं लई येड. हातात चणे ठेवून मोरांना भरवायची."

"तुम्हाला त्यांच्यामुळं हे वेड लागलं म्हणायचं?"

पक्ष्यांसारख्या नाजूक प्राण्यांची ह्या पठाणाला इतकी आवड कशी, त्याचा उलगडा मला झाला.

"त्या वेळेला इथं झाडी होती. ती दोघं फिरायला निघायची तेव्हा माझा बाप काठी हाती घेऊन मला त्यांच्याबरोबर पाठवायचा. त्या वेळी क्वचित कधी बिबळ्या दिसायची भीती होती. थेट परवापर्यंत जंगल होतं. त्या जंगलात ही दोघं हिंडायची आणि पक्षी बघत बघत जायची, मलाही दाखवायची, पुस्तकंसुद्धा आणवायची. मी शिकलो त्या पाठक साहेबांजवळच, नाहीतर शाळेचं तोंड कुणी पाहिलंय?"

एका मुसलमान चौकीदाराच्या मुलाला प्रेमानं शिकवणाऱ्या, इतक्या चांगल्या विषयाची आवड उत्पन्न करून देणाऱ्या त्या अनोळखी जोडप्याबद्दल मला आदर वाटला. आपोआपच माझी स्वतःची तुलना मी त्या अंमलदाराशी करून पाहिली, तेव्हा वाटलं, की त्या क्वार्टर्समध्ये राहाण्याची खरं म्हणजे माझी योग्यताच नाही!

हवेली तर राजवाड्याच्या मालकीची नाहीये. मी जुनी दप्तरं पाहिलीयत्. मला एकदम आठवलं की नूरभाई म्हणाला होता हवेली राजवाड्याची होती.

"हा भाग तर ब्रिटिश सरकारकडे होता, कोणत्या संस्थानाचा नव्हता." मी म्हटलं. अशा निर्जन स्थळी ही हवेली का बांधली गेली? कोण राहत होतं तिथे? ह्या सगळ्याबद्दल मला खूप जिज्ञासा होती. नूरभाई सांगू लागला,

"माझ्या अब्बाजानच्या वेळेला इथं जंगल होतं. माझे वडील सांगायचे, की थेट पटवापासून ते डोंगर टेकड्या लागतात तिथपर्यंत सगळं खुदाचं होतं आणि पूर्वेकडे हिंदू राजाचं. हा मधला सगळा भाग कोणाचा, तर म्हणायचे खुदाचा; पण दोन्हीकडचे लोक यायचे– नबाबाचे आणि राजाचे, आणि लुटता येईल तेवढं लुटायचे. पटवा हे एकच गाव, महसूल कसला आलाय? पण लाकडं तोडून न्यायचे, वाघ मारून न्यायचे. कधीमधी भांडणतंटे होत होते पण फार वेळ चालत नसत. दोन्हीकडच्या राजांना ठाऊक होतं, की हे सारं त्यांच्या बापाचं तर नव्हतंच; म्हणून मग लुटता येईल तेवढं लुटायचं झालं!" नूरभाईनं बरीच माहिती सांगितली.

"तर मग ही हवेली बांधली कोणी?" माझा प्रश्न अनुत्तरित राहिला. नूरभाईनं घोडा उभा केला. बाभळीपाशी जाऊन थोडी जागा साफ केली अन् म्हणाला,

"या इकडं सावलीत. भाकर खाऊन घेऊ, मग निघूया परत."

"हवेली बांधली हिंदू राजानं." जेवण झाल्यावर चिलीम फुंकता फुंकता मघाची अर्धी राहिलेली गोष्ट नूरभाई सांगू लागला.

"म्हणजे मग इथं राजाचा हक्क प्रस्थापित झाला असं म्हटलं पाहिजे, न?"

"ते कसं काय? पक्ष्यानं घरटं बांधलं म्हणजे काय अख्खं झाड त्याचं होतं थोडंच?" "तो हसून म्हणाला." "खाली ढोलीत नाग राहत असेल तोही झाडाचा मालकच. वेळ आली तर पक्ष्याला मारून खाईलसुद्धा. ह्या हवेलीचं असंच झालं."

"का? कुणाचा खून वगैरे–?"

खून नाही म्हणा, पण लढाई झाली असती, दहाबारा माणसं दगावलीही असती. पण पटव्याचा हादाभट्ट. त्या वैद्यामुळं लढाई व्हायची थांबली."

"बेटावर पण ह्या बंगल्याला हादाभट्टची हवेली म्हणतात." मला नूरभाईच्या गोष्टीत जास्तच रस वाटू लागला. "तुम्ही पाह्यलं होतं हादाभटांना?"

"अगदी लहान होतो तेव्हा बघितलेले आठवतात. पण मग मला जंगलखात्यात नोकरी मिळाली, आणि परत आलो तोपर्यंत इथं सगळं उज्जाड होऊन गेलेलं."

"इथं जंगलात ह्या अशा ठिकाणी ही हवेली का बांधली असेल?"

"हक्क राखायला आणि उन्हाळ्यात हवा खायला येत असत." नूरभाई पुढे सांगू लागला.

"राजाचं कुटुंब उन्हाळ्यात इथं राहायला आलं अन् नबाबाला ते कळलं. त्यानं पाठवलं आपल्या वजीराला, की जा, जरा चर्चा–गोष्टी करा, हवं तर भांडण तंटा करा, पण हवेलीची मालकी कोणाची त्याचा सोक्षमोक्ष करा." नूरभाईनं चिलीम

साफ केली, खिशात ठेवून दिली; आम्ही उठलो, घोड्यांना तयार केलं अन् पुढे निघालो. मग नूरानं पुढे सांगायला सुरुवात केली.

"वजीराच्या बायकोला हिंडायफिरायची फार आवड. नवरा जाईल तिथं बरोबर जायची. सातवा आठवा महिना होता तिला त्या वेळी. तरी हट्ट धरलान् की मला समुद्र बघायचाय, कधी पाहिलाच नाही, मी येणार!" नूरभाई मधेच मला विचारतो, "बायकांच्या हट्टापुढे कुणाचं काही चालतंय्?" पटवाच्या दिशेला हात लांबवत मग त्यानं कहाणी पुढे सुरू केली, "माझे वडील सांगायचे, त्या तिकडे पटवाच्या सीमेवर पालख्या उतरल्या. डेरे, तंबू घातले गेले. मशालींच्या उजेडानं जणू रात्रीचा दिवस झाला. वजीर गेला राजाशी चार गोष्टी करायला; पण काही जमलं नाही. उलट राजानं खडसावून सांगितलं, की उद्यापर्यंत तुमचे डेरे तंबू इथून उठवा."

"मग?"

"आता लढाईची तयारी करावी का काय करावं अशी पंचाईत पडली वजीराला. वजीराणीला त्यानं सांगितलंन् की समुद्र बघायचा असेल, तर पालखीतनं जाऊन बघून ये अन् आल्या पावली परत जा नबाबाच्या हद्दीत."

एखादं लहान मूल परीकथा ज्या उत्सुकतेनं ऐकतं, तशी मन लावून मी राहात असलेल्या त्या हवेलीची कथा मी ऐकत होतो.

"आता खुदाची मर्जी काय म्हणावी, ते वजीराची बायको समुद्र बघायला जायला आणि समोरून हादोभट समुद्रस्नान करून ओल्या कपड्यांनी चालत चालत यायला एक गाठ. तो जसा पालखीजवळनं जात होता तेवढ्यातच बंद पालखीमधल्या वजीराच्या त्या बायकोला आला खोकला. हादाभट्ट तिथल्या तिथे उभा राहिला आणि म्हणाला

"पालखी थांबवा."

"का?" माझी उत्सुकता आता शिगेला पोचलेली.

"हे तुम्ही विचारताय् तसंच त्या पालखीबरोबरच्या रखवालदारानं जरा कडक सुरातच विचारलं, 'का रे बाबा? आत कोण आहे ठाऊक आहे तुला?' भट्ट मोठा अनुभवी, विद्वान माणूस. म्हणाला,

'ते काही ठाऊक नाही. पण आत जी कोण स्त्री आहे, ती आज दुपारपर्यंत बाळंत होणार आहे!'

बोला! आहे की नाही कमाल? बंद पालखी. त्यातल्या बाईच्या खोकण्याचा आवाज ऐकून हा माणूस असं सागून तिथं उभा राहिला. पालखीवाला मग गुरकावला, 'वजीराच्या घरच्या मालकीणबाई आहेत, विचार करून बोल जरा.'

असं म्हटलं तरी हादाभट आपलं म्हणणं सोडायला तयार नव्हते. शेवटी सारी हकीकत गेली वजीरापर्यंत, तो स्वत: तिथं आला."

''मग? खरोखरच बाळ जन्माला आलं?''

''अहो, ऐका तर खरं.'' एके काळी स्वत: मन लावून ऐकली असेल ती सारी कथा ऐकवण्यात नूरभाईला मजा येत होती. वजीर म्हणाला,

'आत्ताशी तर सातवा महिना आहे, तब्येतही अगदी उत्तम आहे, तुझं म्हणणं खरं कसं मानावं आम्ही? आणि घेऊन जायचं, तर जायचं तरी कुठे? हवेलीत? आमच्या शत्रूच्या घरात?'

हादोभट्ट म्हणाले, 'भाईसाब, आपण वजीर आहात. आपला मालक सुलतान आहे ना? वैर आहे सुलतानाचं राजाशी; पण त्याचाही 'सुलतान' तो वर बसलाय् त्याला आठव आणि बाईचं माझ्यावर सोपव. मी घेऊन गेलो म्हणजे तुला कसली काळजी नको. मी आहे वैद्य. मला कोणी मित्र नाही, नि कोणी शत्रू नाही!''

''मग?''

''मग काय, गेले हवेलीवर. तिथं राजाचं सगळं कुटुंब हजर होतं. मग कशाला काय कमी असणार? त्या संध्याकाळपर्यंत वजीराची बायको बाळंत होऊन मुलगी झाली. राजाच्या आईनं वजीराणीला तीन महिने पडद्यात ठेवली. राजघराणं शंकराचं भक्त, पण तरी राजमातेनं मुसलमानांच्या तमाम चालीरीतींप्रमाणे वजीराणीचं सगळं बाळंतपण केलं. बाहेरून बोलावून आणून मौलवींकडून कुराणाचे पाठ करवले. पोटच्या पोरीचं बाळंतपण करावं तसं सगळं केलं. ही सगळी हकीकत नबाबांना कळली, नबाब स्वत: आले, राजाला भेटले. म्हणाले, 'मी हा प्रदेश, ही हवेली सगळ्यावरचा हक्क सोडून द्यायला तयार आहे, फक्त तो विद्वान माणूस हादाभट्ट तेवढा माझ्याकडे पाठवा.'

''मग काय, वैद्याची चंगळ झाली असेल न् काय.'' मी मधेच म्हटलं.

''झाली असती; पण तो ठामपणे नकार देत राहिला. म्हणाला, एखाद्या राजाची सेवाच जन्मभर करायची असती, तर माझा देश सोडून इकडे कशाला आलो असतो?''

''म्हणजे हादाभट्ट दुसरीकडून आलेले?''

''मूळ राजस्थानचे, मारवाडच्या बाजूचे. तिथल्या राजाशी झालं भांडण, म्हणून हादाभट न् त्यांचा भाऊ तिथून निघाले. जिथं कुणाचंच राज्य नसेल, तिथं राहू म्हणून! असे ते इथं पटवा गावी येऊन राहिले.''

कमालीची माणसं म्हणायची ही, माझ्या मनात आलं. इतक्या प्रखर ज्ञानी माणसानं स्वतःचं आयुष्य अशा उजाड निर्जन प्रदेशात व्यर्थ बरबाद करण्यापेक्षा एखाद्या मोठ्या राजाच्या पदरी राहून, कीर्ती, धन, शिष्यगण, सगळंच मिळवलं असतं तर काय बिघडलं असतं?

''कसल्या विचारात पडलात?'' नूरभाईनं विचारलं.

मग जणू माझ्या मनातलं जाणून म्हणाला, "अल्लाचा आदमी होता हादाभट. त्याला नबाबांची, राजांची काही पर्वा नव्हती. पण ह्या नबाबाची न् राजाची दोस्ती झाली त्या हादाभट्टमुळे. नबाब आणि राजा दोघांनीही ह्या मुलखावरचा हक्क सोडला आणि हवेली देऊन टाकली हादाभटला तांब्याच्या पत्र्यावर लिहून. जवळची दोन शेतं आणि पटव्यामधे विहीर असलेला मळा दिला. पण हादाभट मुळी हवेलीत राहायला गेलाच नाही!"

"ते का? हवेलीत न राहायला काय कारण?"

"तीही एक मोठीच कहाणी आहे."

"मग आपला रस्ता कुठं छोटा आहे? गोष्ट पुरती तर सांग."

"हादा मोठा विक्षिप्त माणूस. आपल्या समजशक्तीच्या बाहेरचं त्याचं वागणं, आणि त्याची घरधनीण उमा गोराणी (गोर-ब्राह्मण, गोराणी-ब्राह्मण स्त्री) त्याच्याही वरताण."

"गोल गोल बोलू नका नूरभाई, काय झालं ते समजू तर दे!"

"अहो, हादाभट राजस्थानहून आला ना, तेव्हा बरोबर त्याचा चुलत भाऊ केशाभट्टला घेऊन आला होता. काकांनी मरतेवेळी केशाची जबाबदारी उमावर सोपवलेली, आणि केशा म्हणाल, तर जणू मुकाच असेल तसा गप्पगप्प राहायचा. पूजाअर्चा करायचा, कुणाशी बोलणं चालणं नाही, दोन वेळा जेवायचा तेही उमा गोराणीजवळ बसून, बस."

"आणि मग भांडणं झाली असंच ना?" मला मधे बोलल्याशिवाय राहवलं नाही. एकाएकी एवढी मिळकत मिळाल्यावर चुलत भावांमध्ये भांडणं झाली नाहीत तरच नवल!

"ती सगळीच देवमाणसं, आपल्या नजरेत मावणार नाहीत, आपल्या बुद्धीला समजणार नाहीत अशी. त्यांची अशी मिळकतीसाठी भांडणं वगैरे होणं शक्यच नाही! बघा ना, केशाच्या बायकोचंच बघा. लहानपणापासनं केशाचं लग्न ठरवून ठेवलेलं; तरी आता लग्न करायचं ठरल्यावर उमा गोराणी स्वतः उठून त्या पोरीकडे गेल्या आणि म्हणाल्या, 'बाई ग, तुला आधीच सांगते; माझा दीर नुसता देवभक्तीत मग्न असतो, संसारात त्याचं लक्षच नाही. तुला त्याच्याशी लग्न नसेल करायचं, तर अजूनही तू नाही म्हणू शकतेस. मी होऊन, तुझी जबाबदारी घेऊन, तुझं लग्न दुसरं स्थळ बघून करून देईन. जराही भीती मनात न बाळगता मोकळेपणानं सांग.'"

"बरोबरच आहे त्यांचं, असंच केलं पाहिजे." मी सहमत झालो.

"पण त्या बाईनं नाही ऐकलं. म्हणाली, 'भाभी, तुमचा हात ज्याच्या डोक्यावर आहे, त्याला दुसऱ्या कशाचा विचार करायची गरजच नाही. माझ्या नशिबात असेल ते होईल, पण मला काही बदलायचं नाही.' अन मग असं त्यांचं लग्न झालं."

"पण मग ह्या सगळ्या कथेत, हवेलीत न राहण्यासारखं कुठ काय झालं?"

"तेच सांगतो ना आता पुढे. अशी भक्कम, खंबीर मनाची उमा गोराणी. ज्या दिवशी ही जहागीर हादाभटना मिळाली त्याच दिवशी तिनं सांगितलं, 'भट्टजी, तुम्ही जमीनदार, श्रीमंत झालात, पण माझा केशा तर राहिला तसाच भगत. त्याचं न् त्याच्या बायकोचं कसं काय? ती दोघं तुमच्या नाही, पण माझ्या भरंवशावर तुमच्यामागं इकडं आलीत."

"अरे वा!" मी उद्गारलो.

"बस, एवढंच बोलणं झालं. फार मोठ्या मनाचा हादाभट अन् त्याहून मोठ्या मनाची त्याची बायको. साऱ्या गावासमोर हादानं उदक सोडलं. म्हणाला, 'मी किंवा माझ्या वंशातलं कोणीही हवेलीत पाऊल टाकणार नाही. आजपासून हवेली केशाभटची."

"मग?"

"गावचे लोक तर बघतच राहिले. पण गोराणी म्हणाली, 'हवेलीनं काही पोट भरणार आहे का केशाचं? त्याच्या जन्मभराच्या दाणापाण्याचं काय?'

तर हादा म्हणाला, की 'ठीक. पटवाचा मळा आणि विहीर दिली केशाला. माझ्या वंशातलं कोणीहीत्या वाडीवर नांगर जोडणार नाही."

बोलता बोलता बराच रस्ता संपला. हवेली जवळ आली. नूरभाई आकाशाकडे बघत म्हणाला, "सगळी अल्लाची करणी. बाकी माणूस-मग तो नबाब असो की राजा-जगात आहे तेवढे दिवस आहे, मग काय?"

एकदम माझ्या मनात आलं की अवलचा हादाभट्टशी काहीतरी संबंध असणार. कोण असेल अवल? हादाभटच्या त्या भावाची मुलगी? का आणखी कोणी? आणि तसं असलं, तर नूरभाईच्या गोष्टीत ती कशी नाही आली?

मी आणखी काही विचारणार त्याच्या आधी बाभळीच्या झाडीतनं विष्नो येताना दिसला. आम्ही घोडे थांबवले. "नूरचाचा, मला का नाही घेऊन गेलात? पाऊस पडल्यावर हिंडायला जाऊ असं म्हणाला होतात तुम्ही!" तो जवळ येता येता रुसव्यानं म्हणाला.

"आत्ता घेऊन जाऊ या बेटा, बस, आत्ताच तुला घेऊन जायचं हं." नूरानं त्याला उचलून त्याला आपल्या घोड्यावर घेतला, मी हवेलीकडे वळलो आणि जाता जाता हात उंच करून नूरभाईला 'अल्लाबेली' केलं.

इथं आल्यावर पराशरला मी चारपाच पत्रं लिहिली आहेत. प्रत्येक पत्राला आलेल्या उत्तरात त्यानं इथं यावंसं वाटत असल्याचं लिहिलं होतं. पण आजचं माझं पत्र वाचल्यावर तर तो आल्याशिवाय राहायचाच नाही. मी श्यालबेट, भेंसलो,

हादाभट्ट आणि अवल, सगळ्यांबद्दल खूप सविस्तर लिहिलं आहे. एवढं मोठं पत्र कदाचित प्रथमच मी लिहिलं असेल.

मी पराशरला हेही लिहिलं की माझ्या मनावरचं दडपण दूर करण्यासाठी काम अपुरं टाकून परत निघून यावसं वाटतंय. माझा रिपोर्ट लिहायला मी जेव्हा जेव्हा बसतो, तेव्हा मनाला होणाऱ्या यातनांबद्दलही असं लिहिलंय की,

'जेव्हा जेव्हा लिहायला बसतो, तेव्हा आतून जणू मला कोणी रोखतं. हा तसं पाहिलं तर अचल, पण तरीही चपळ खडकाळ किनारा, नाचणारं बागडणारं खारं पाणी, छोट्या छोट्या झऱ्यांमधनं झिरपणारं निर्मळ गोड पाणी आणि तसेच निर्मळ डोळे असलेली इथली साधीभोळी माणसं. ही सगळी एकत्र जमा होतात आणि माझ्या मनावर कबजा करून बसतात.

ह्या निर्जन खाऱ्या मातीवर रात्री चांदण्यांनी खच्चून भरलेलं आकाश आपला झगमगता खजिना जेव्हा उघडून दाखवतं, तेव्हां इथं एक अनुपम सृष्टी उभी होते. हा समुद्र, ह्याच्या पाण्यात मी लहान मुलासारखा बागडलोय, ह्याच्या लाटांवर तरंगत राहिलोय. ही सगळी मिळून मला असं लिहायला सांगतात, की झाडी नष्ट झालेली असणं, कसण्यासारखी जमीन नसणं, आणि मनुष्यवस्ती विरळ असणं एवढ्या कारणांनी एखादं स्थळ विषारी रसायनं बनवण्यासाठी योग्य ठरत नाही. पराशर, वीणा, हे सगळं तुम्हाला लिहितोय तेच माझं स्वतःचं आता ठाम मत झालं आहे; आणि त्यामुळे, मला नेमून देण्यात आलेलं काम हे माझ्या व्यक्तिगत मतांच्या, इच्छेच्याविरुद्ध होत आहे. तुम्ही मला सल्ला द्या, तुम्हाला काय वाटतं ते सांगा. मी बंगाली बाबांशीही ह्याबद्दल बोलणार आहे.'

पत्र पाठवून दिलं आणि बंगाली बाबांना भेटायला जायचं ठरवलं. पुढच्याच आठवड्यात मोकळा वेळ मिळाला, तेव्हां निघालो. पावसाळ्याच्या आधीचा पाऊस पडून गेल्याला आठवडा होऊन गेला होता. अजून दहापंधरा दिवसात खरा पावसाळा सुरू होईलसं वाटतं. आज बहुतेक जेष्ठी पौर्णिमा असेल. सारा रस्ताभर माझ्या मनात गेल्या काही दिवसातल्या अनुभवांच्या आठवणी येत राहिल्या. जे काम करायचा भरपूर उत्साह मनात घेऊन मी आलो होतो, तो उत्साह ऐन वेळी असा समुद्राच्या ओहोटीसारखा ओसरून इतका कमी का होत आहे?

माझं कर्तव्य काय? माझे हे विचार म्हणजे केवळ भावनाप्रधान वेडेपणा आहे का? का मला असं वाटतंय आणि ह्या मानसिक स्थितीतून बाहेर यायचं कसं? बाबाजींना हे सारं विचारायचंय मला.

दुपारी मी त्यांच्या मठीवर जायला निघालो. समुद्र आपल्या मस्तीत छानपैकी झुलत होता. ओल्या रेतीत खूर दाबत कबीरा पळत होता. मठीवर पोचलो तेव्हा बाबाजी गोठा साफ करत होते. गायींना सकाळी चरायला पाठवलं असणार, त्या

एकदम संध्याकाळीच घरी येणार.

"ये दोस्त, बेटावर जाऊन आलास ना?" मला बघून बाबाजींनी स्वागत केलं. "जा, वर जाऊन बस, आलोच मी." मी वर मठीत जाऊन बसलो. जराशानं बाबाजी आले. "क्यों? कैसा रहा?"

"बेटावर मजा आली खूप." मी तिथले अनुभव सांगितले, भेंसलाबद्दल अन समुद्राबद्दल त्रिकमआजोबांची मतं ऐकवली.

"होता है, ऐसाभी होता है." एवढं बोलून बाबाजी गप्प राहिले. मग वराहस्वरूपवर पाहिलेल्या मोरांबद्दल सांगितलं, आणि मग सारं सांगून संपल्यावर माझ्या मनात मुख्यतः जे डांचत होतं, ते सांगितलं.

"बस? एवढ्याशा गोष्टीसाठी रडतोयस?"

"मी कुठं रडतोय? पण माझ्या मनाला डाचणाऱ्या ह्या प्रश्नांचं उत्तर शोधतोय."

"तर मग लिही तू तुझा रिपोर्ट." रेतीमधले थोडे खडे उचलून त्यांनी माझ्यासमोर धरले. "हे बघ, तुझी किंवा माझी किंमत ह्या खड्यांपेक्षा जास्ती नाहीये. स्वतःला फार महत्त्वाचा समजू नको! जे काम करायला पाहिजे, ते करायलाच पाहिजे."जरा वेळ ते माझ्याकडे बघत राहिले, मग हातातले खडे दूर फेकून देत म्हणाले, "चल, जरा फिरून येऊ." आम्ही जरा वेळ किनाऱ्यावर हिंडलो अन् मग एका उंचशा टेकाडावर बसलो. "तुला वाटतंय, की तुझ्या रिपोर्ट लिहिण्यानं इथे सगळा विनाश होईल, ह्या जागेचं हे रूप तुझ्यामुळं बदलून जाईल? आणि हे जे काही होईल, त्याला जबाबदार तू असशील?"

"हंऽ असंच काहीसं" मी अडखळलो.

"भूल जा बच्चा, भूल जा!" माझ्या खांद्यावर थोपटत, आणि नकारार्थी मान हलवत बाबाजी उद्गारले,

"किती चुकीची कल्पना आहे तुझी! अरे, तू इथे काहीही नाही केलंस ना, तरीही हे सगळं बदलणारंच आहे रे!" आणि मग माझ्या डोळ्यात खोल बघत ते म्हणाले,

"काय रे, तू स्वतः बदलला नाहीयेस? सांग पाहू. जसा इथं आला होतास, तसाच आज आहेस?"

"नाही, बदललो तर आहेच." गेल्या काही महिन्यात मी किती बदललो, त्याचा विचार करता करता बाबाजींकडे बघत मी कबूल करून टाकलं. बाबाजींनी हाताची ओंजळ केली आणि विचारलं,

"ह्यात पाणी ओतलं तर किती वेळ राहील?

"नाहीच राहाणार." त्यांना काय सांगायचंय ते मला कळत नव्हतं.

"बस तो फिर, हे तुझे कारखाने झाले इथे, तर किती वर्षं टिकतील? शंभर,

दोनशे? आणि मला सांग, अनंत असलेल्या काळाच्या मोजमापात ह्या दोनशे वर्षांचं महत्त्व किती?''

''अहो, पण तोपर्यंत किती नुकसान झालेलं असेल त्यांच काय?''

''परिवर्तन तर चालूच असतं रे, चांगल्यासाठी का वाईटासाठी हे ज्याच्या त्याच्या मानण्यावर आहे.'' बाबाजी उठले, तशी मीही उठलो. आम्ही वाळूत जाऊन बसलो. ''ऐक. एके काळी ही धरती नव्हती. तरीही निसर्गदेवता होतीच. मग धरती एक आगीचा गोळा होती, मग पाणी आलं, मग झाडंझुडुपं आली, नाहीशी झाली, पुन्हा दुसरी आली. निसर्गदेवता म्हण, प्रकृति म्हण-ती सदासर्वदा मुक्त आहे; आपण कोणी त्या शक्तीला बांधू शकत नाही, नष्ट करू शकत नाही. बस, इतना समझ ले, मग लिही रिपोर्ट तुला जो लिहावासा वाटेल तो. जे तुझं काम आहे, ते तुला केलंच पाहिजे.'' बोलता बोलता ते उभे झाले आणि हात देऊन त्यांनी मलाही उठवलं.

संध्याकाळ व्हायला लागेपर्यंत आम्ही किनाऱ्यावर भटकत राहिलो. खेरा गावच्या झोपड्या दिसायला लागल्या इतके दूर गेलो. इकडच्या तिकडच्या गप्पा मारल्या. बाबाजींची बोलण्याची धाटणी अशी, की पट्दिशी लक्षात येत नसे त्यांना काय म्हणायचंय. मला मग स्पष्टीकरण विचारावं लागायचं, पण नंतर त्यांच्या बोलण्याचा विचार केला की, अस्वस्थ मनाला एक दिलासा मिळाल्यासारखं वाटायचं.

परत मठीवर पोचलो तर समोरून पंधरावीस तरुण मुलं, दोन तीन तरुण मुली आणि एक लहान मुलगा मठीच्या दिशेनं येताना दिसले. अवल त्यांच्याबरोबर होती. ''स्वामीजी, यात्रेकरू आलेत!'' अवल जवळ आल्यावर म्हणाली, अन् मग त्या टोळक्याला सांगितलंन, ''इथे तुमचा मुक्काम. रात्रीचं इथंच राहायचं.''

मी न् बाबाजी त्या मुलांकडे बघतच राहिलो. थकलेले चेहरे, मळके कपडे, विस्कटलेले केस, डोक्यावर उन्हासाठी घालायच्या टोप्या, पाठीवर अडकवायच्या पिशव्या आणि हातात हॉकी स्टिक्स. 'हे पदयात्री दिसतायत' मी मनाशी म्हटलं.

''समुद्रयात्रा करायला निघालेत. हवेलीवर आले होते, तिथून इकडे घेऊन आले. रात्रीचे इथे राहातील.'' अवल बाबाजींना म्हणाली.

''घेऊन यायचं काम केलंस ते चांगलं केलंस, आता बाकी सरबराई तू करशीलच. मी तर संन्यासी, संन्याशाला काय? भजन गायचं न बसून राहायचं!''

''बाकीचं तर होऊन जाईल सगळं, मी घेऊनच आलीय सगळं सामान.''

अवलचे निर्णय नेहमी काही जगावेगळेच असतात. हवेलीवर सगळी सोय असताना ह्या थकलेल्या पोरांना इथं ह्या मठीवर कशाला आणायचं? वर आणखी स्वयंपाकाचं सामान, शिजवायला भांडी सगळं बरोबर घेऊन यावं लागलं ते वेगळंच.

''सगळ्यांना रात्रीचं तिथंच ठेवून घेतलं असतं तर? तिथं सगळी सोय झाली

असती ना?'' मी म्हटलं,

''जे इथे मिळेल, ते तिथं नसतं मिळालं,'' तिनं तिच्या स्वभावाला अनुसरून एका वाक्यात उत्तर दिलं अन मग दगडांची चूल मांडण्यात गुंतली. ती कामाला लागलेली बघून मुलंही मदतीला लागली. बाभळीच्या काटक्या, वाळकी लाकडं इ. गोळा करून चूल पेटवली. दोन मोठाली पातेली दोन चुल्यांवर चढली. बरोबरची बोचकी सोडून अवलनं खिचडी आणि रस्सा करायला सुरुवात केली.

माझ्या मग एकदम लक्षात आलं, की माझा पंधरा दिवसांचा आणलेला सगळा शिधा चुलीवरच्या पातेल्यात शिजतोय! अवलनं काही करायचं ठरवलं की त्यासाठी दुसऱ्या संबंधित माणसांची परवानगी घ्यायला हवी हे तिला कधी समजतच नाही!

''पोरांनो आंघोळी उरकून घ्या रे!'' म्हणून सांगत, कंबरेवर हात देऊन ती चुलीपाशी उभी होती. सगळी मुलं टेकाड उतरून खाली विहिरीवर गेली. आणि बादल्यांनी पाणी काढून सगळ्यांनी आंघोळी केल्या. हशा, थट्टामस्करी, प्रवासातल्या गमतीजमतींच्या गप्पा, एकूण सगळी धमाल चालली होती आणि आम्ही शांत बसून ती मजा बघत होतो.

''एय लडकों, अभी शोर-गुल मत करना.'' जराशानं बाबाजी म्हणाले, ''आता माझ्या गोमाता येतील आणि इतका आवाज ऐकलान् तर बावरून जातील.'' मुलं गप्प झाली. गाई आल्या, पण काही वेगळं जाणवून जरा दूर उभ्या राहिल्या.

अवल खाली उतरली. ''या ग, माझ्या बायांनो, घाबरायचं काही नाही, या.'' ती त्यांच्याजवळ जात म्हणाली. मग गळ्यातल्या घंटा वाजवत दोन्ही गाई आल्या आणि गोठ्यात शिरल्या. पाठोपाठ गुराखी आलाच. तांब्या घेऊन तो धार काढायला गेला.

मुलं विहिरीवरनं आंघोळी उरकून आली. बाबाजींनी सगळ्यांना वाळवंटात बसवलं. ''अवल, आता तू एक भजन म्हण, तोपर्यंत तुझा स्वयंपाक पण तिकडे शिजेल.''

''मी कसली गाणार स्वामीजी? ह्या मुलांना सांगा.'' पातेल्यावरचं झाकण काढून आत बघता बघता ती म्हणाली.

''आपण प्रथम सगळ्यांच्या ओळखी करून देऊ.'' लीडरटाइप एकजण बोलला. ''सगळ्यांनी आपापला परिचय थोडक्यात द्यायचा.''

''अरे! कसला परिचय करून द्यायचा, अं?'' डोळे मोठे करत बाबाजी बोलले, ''तुला काय वाटतं इथे सगळे परके, अनोळखी आहेत? चला चला, गाणी म्हणा, भजनं म्हणा, जे येत असेल ते म्हणा.''

अवलनं लाकडं सरसावली, हलकेच जमिनीवर आपटून कोळसे पाडले आणि झाकणावर ते कोळसे ठेवले. मग टेकाडावर चढून ती समुद्राकडे बघत राहिली.

चंद्रोदय झालाच होता. त्याचं पिवळेपण जाऊन छान चांदणं पडलं होतं, भरती यायला लागली होती, त्या लाटा उसळत उसळत येऊन खडकांवर आपटत होत्या. समुद्राचं ते रूप न्याहाळत सगळी मनाला वाटेल तिथं इकडं तिकडं बसली. बाबाजी मठीतनं ढोलक घेऊन आले आणि त्यांनी त्याच्यावर एक थाप मारली. "चलो, कौन गाता हे?"

"जगदीश, म्हण रे एक गाणं." अवलनं एकाला सांगितलं. इथं येता येता वाटेत तिला सगळ्यांच्या अंगच्या गुणांचीही माहिती झालेली दिसतेय!

जगदीशनं एक भजन म्हटलं. निःशब्द शांत वातावरणात त्याचा पहाडी आवाज भरून गेला. मग भीड चेपली तसे आणखी दोघं तिघंही गायले. सगळ्यात शेवटी बंगाली बाबांनी एक बंगाली गीत म्हणायला सुरुवात केली. शब्दाचा अर्थ न कळताही मन डोलत होतं, आणि मानाही. बाबाजी रंगात येऊन उठले अन गाता गाता नाचू लागले. इतकं अनौपचारिक अन् सहजसुंदर वातावरण ह्या मुलांना हवेलीत कधीच मिळालं नसतं. अवल ह्या सगळ्यांना इथं का घेऊन आली ते आता समजलं. ह्या एकाच किनाऱ्यावर थोड्या तासांच्या अंतरावर उभी असलेली दोन ठिकाणं-हवेली आणि ही मठी. पण दोन्हीमधला मूलभूत फरक आता स्पष्ट होत होता.

समुद्र मनुष्यदेह धारण करून प्रकट होतो असं मानणाऱ्या माणसांच्या ह्या प्रदेशात मी येऊन राहिलोय. चांदण्याच्या प्रवाशात आरामात मन मानेल तिथं बसलेली ही मुलं, उंच खडकावर मांडी घालून ताठ बसलेली अवल, वाळूत खेळणारा तो छोटा मुलगा आणि समुद्राच्या किनारी चांदण्यात ह्या सगळ्यांच्यात बरोबरीनं मिळून मिसळून, गाणारा, नाचणारा तो बाबाजी. हय़ा सगळ्यांकडे बघता बघता एकदम मनात येतं, की समुद्रपण मनुष्यदेहानं येऊन आमच्यातच कुठेतरी बसलाही असेल, पण ह्या धूसर प्रकाशात ओळखू येत नसेल!

अवल उठून उभी राहिली न म्हणाली, "चला रे मुलांनो, जेवण तयार आहे, वाढून घ्या आणि जेवून घ्या." मुलांनी भराभरा सगळी व्यवस्था केली. अवल चुल्यांजवळ जाऊन उभी राहिली. आम्ही सगळी जेवलो. थकल्या भागल्या त्या मुलांच्या पोटात चार घास गेले तशी सगळी सुस्तावली आणि जागा मिळेल तिथं त्या वाळवंटात एकेक करून सारी झोपी गेली.

"अब तुम बच्चोंकी माया से मुक्त हो!" बाबाजी अवलला म्हणाले, "सकाळी सगळ्यांना दूध मी देईन. तू आता जा. रात्रीची घर सोडून तू कुठे राहाणार नाहीस आणि कुणी दिलेलं कधी खाणार नाहीस, तेव्हा आता जा तू, चल, निघ पाहू!"

"जी!" अवल बोलली, "पण जमलं तर तुम्ही जागे रहा."

उत्तरादाखल बाबाजींनी वर आभाळाकडे बोट दाखवलं. त्या दोघांचे सांकेतिक

भाषेतलं हे संभाषण मला फारसं समजलं नाही. पण बाबाजी जे म्हणाले होते त्यावरनं एवढं लक्षात आलं की अवल इथं सगळ्यांबरोबर का जेवली नाही. ही एवढीशी नाजूक सडपातळ दिसणारी स्त्री आता ह्यापुढे दीड दोन तास चालत घरी जाईल तेव्हा मग जेवेल. क्षणभर वाटलं की अवलला घोड्यावर बसता येत असलं तर कबीराला घेऊन जा म्हणावं आणि आपण मागून चालत जावं, पण अवल कधीच कबूल होणार नाही, हे ठाऊक होतं. आम्ही दोघंही टेकाड उतरून खाली आलो, कबीरा मागेमागे येत होता. "वरच्या वाटेनं जाऊ या?" मी विचारलं.

"नाही, समुद्रकिनाऱ्यावरून." माझ्याकडे वळून न बघता डोळ्याच्या कोपऱ्यातनं एकदा बघून ती पुढे म्हणाली, "इथं साप पुष्कळ आहेत, रसेल्स व्हायपर तर खास. किनाऱ्यानं चाललो तर त्यांची भीती नाही. तुम्ही ऐकलं नाही? म्हणून तर मी स्वामीजींना जागं राहायला सांगितलं."

अवल मला एकदम एका नव्याच स्वरूपात दिसली. संस्कृत श्लोक तिला येत होते. ह्याचं फार नवल वाटलं नव्हतं. पण आज अवलच्या तोंडून रसेल्स व्हायपर शब्द ऐकला त्याचं फारच नवल वाटलं. "तुला सापांची माहिती आहे?" टेकाडावरनं किनाऱ्याच्या बाजूला उतरता उतरता मी विचारलं.

अवल काही उत्तर देणार तेवढ्यात वरच्या बाजूनं बाबाजींनी ओरडून सांगितलं, "अवल, माझ्या दोस्ताला सकाळी इकडं पाठवून दे. ह्या मुलांच्याबरोबर जाईल. एकलियापर्यंत त्याला पाठवावा म्हणतो." आम्ही थांबलो होतो.

अवलनं मला विचारलं, "जायचंय त्या मुलांच्याबरोबर एकलिया हनुमानपर्यंत? तिथून पटवापर्यंत बस मिळेल परत यायला."

"किती दूर आहे?"

"एका दिवसाचा रस्ता आहे. किनाऱ्याकिनाऱ्यानं गेलं तर बारा गांऊ होईल जवळजवळ."

"म्हणजे पंचवीस किलोमीटपेक्षा जरा जास्त". मी अंदाज केला. "बरं जाईन." एका नव्या अनुभवाचा आनंद मिळाला तर मला हवाच होता.

"येईल सकाळी उजाडत." अवलनं बाबाजींना ओरडून सांगितलं आणि आम्ही पुढे निघालो.

"हं, तर सापांबद्दल तुला बरीच माहिती आहेसं दिसतंय?" मी अर्धा राहिलेला संवाद पुढे चालू केला.

"हो, माहिती आहे ना," अवल हसून म्हणाली, "पण मदाऱ्याइतकी नाही!"

"म्हणजे शिक्षण किती झालंय तुझं?"

"शिकायला पाहिजे तितकं शिकले. पण सापांबद्दल त्यात नाही शिकवलं. दुसऱ्या पुस्तकांमधून वाचलं."

अवलचं आयुष्य तिचं आपलं आहे, ह्या गोष्टीचा मी योग्य तो आदर राखून वागलो आहे, कधीही तिच्याबद्दल कुणाला प्रश्न विचारले नाहीत, हादाभट्ट आणि हवेलीबद्दल ऐकल्यानंतरही मी दुसऱ्या कोणाकडून अवलबद्दल जास्त माहिती काढायचा प्रयत्न केला नाही. ती अशा ह्या ठिकाणी एकटी का राहाते? ती काय शिकलीय, कुठे शिकली अशा अनेक जादा चौकशा करायच्या नाहीत असं मी मनाशी ठरवलंय. पण तरी, त्या चांदण्या रात्री बरोबर घरी जात असताना ह्यातल्या एखाद्या तरी प्रश्नाचं उत्तर मिळवायची इच्छा मी दाबून ठेवू शकलो नाही.

कसं विचारावं अशा विचारात होतो. ओल्या रेतीत चालता चालता शब्द जुळवत होतो. काय विचारावं, काय नाही, ते नक्की केलं. अवल माझ्यापुढं चालत होती. "अवल." मी हाक मारली. "बोला." पाठीमागे न बघताच चालता चालता ती म्हणाली. का, कोण जाणे, पण तिच्या त्या 'बोला'चा सूरच असा काही होता, की मी काय विचारणार आहे ते तिला ठाऊक आहे, हे मी समजलो! आणि हे लक्षात आलं त्या क्षणीच मनाशी ठरवून ठेवलेले सगळे प्रश्न जणू हवेत विरून गेले अन् मुळीच न ठरवलेला अगदीच वेगळा काहीतरी प्रश्न मी विचारला, "मुलं बंगल्यावर केव्हा आली?"

अवलला कमालीचं हसू आलं. हसत हसतच तिनं एकदम खाली वाकून वाळू हातात घेतली अन ती वाऱ्यावर उडवली, मग वळून माझ्यासमोर उभी राहिली आणि माझ्या त्या असंबद्ध वेडगळ प्रश्नाला तिनं अगदी सरळ सरळ उत्तर दिलं, "तुम्ही गेला असाल नसाल तेवढ्यातच आली. विष्नो तर फारच घाबरून गेला होता!"

"का? काय झालं?" मी तिच्याबरोबर चालता चालता विचारलं. कबीरा मागून येत होता.

"दुपारी समुद्रावर विष्नो खेळत होता. आसपास तिथं कोण असणार? एकटाच छान मजेत खेळत होता. आणि ही सगळी मुलं केव्हा आली अन् त्याच्या अगदी जवळ उभी राहिली ह्याचं भानच नव्हतं त्याला. जगदीशनं त्याला हाक मारली तेव्हा वर बघितलंन् आणि जी धूम ठोकलीन्! वाळूतनं धडपडत, ठेचाळत, धापा टाकत, जो पळत सुटलाय, तो घरी पोचेस्तवर थांबलाच नाही. मग कसंबसं सांगितलनं की, 'समुद्रावर बुवाजी आलेत, मुलांना पकडून पोत्यात भरतात ना, ते!' म्हणाला, 'बाप रे! मला पकडून नेतील आता!' अन घाबरून, किंचाळून रडायला सुरुवात!"

"बिचारा! फार घाबरला असेल!"

"एवढं कमी होतं ते सर्वण आला मागोमाग. म्हणे, अवलबा, समुंदरावर कायतरी अरिष्ट घडलंया, चला बिगी बिगी!" इकडची खेडूत बोली अवल अगदी छान बोलायची.

"कमाल झाली!" मी म्हटलं.

"मग मी गेले, त्या सगळ्यांना मळ्यावर घेऊन आले, विष्नोची समजूत घातली, सगळ्यांच्या खांद्यावरच्या थैल्या त्याला रिकाम्या करून दाखवल्या, किती परीनं सांगितलं, तेव्हा कुठे त्याची भीती गेली. पण तरी आत्ता बरोबर यायला तयार नव्हताच. संध्याकाळीच मग सर्वण त्याला पटव्याला पोचवायला गेला."

छोटा विष्नो किती घाबरला असेल आणि का, त्याचा विचार करत मी चालत होतो. ह्या निवांत निर्जन सागरतटावर इतक्या सगळ्या वर्षात दोन चार ओळखीचे चेहरे सोडून कोणी आलं नाही, गेलं नाही. विष्नोचा एवढासा जीव, त्याच्या जणू काही एकट्याच्या मालकीच्या त्या किनाऱ्यावर तो आरामात खेळत असेल. वाळूत केलेल्या किल्ल्यावरच्या त्याच्या राज्यात जलपऱ्यांशिवाय कोणा दुसऱ्याला प्रवेश वर्ज्य असेल! अन मग एकाएकी इतके सगळे अनोळखी चेहरे दिसल्यावर त्याला असंच वाटलं असेल की आजीच्या गोष्टीतल्या दुष्टांच्या टोळीतली माणसं एकदम कल्पना नसताना येऊन पोचली होती आणि नक्कीच ती त्याला पळवणार होती!

एव्हाना हवेलीपर्यंत आम्ही येऊन पोचलो होतो. अवल तिच्या मळ्याकडे गेली, मी माझ्या क्वार्टरकडे. जाताजाता अवलनं आठवण करून दिली,

"सकाळी निघायचंय तुम्हाला. इथून न्याहरी घेऊन जा, आणि कबीराला घेऊन जा; सर्वण नंतर त्याला परत घेऊन येईल."

सूर्य माथ्यावर आला न् मग पुढं सरकून मावळतीकडे वळला तशी सगळीजणं विचारायला लागली, 'एकलिया हनुमान,' केव्हा येईल? जे ऐकलं होतं त्याप्रमाणे तर मंदिर दरिया किनाऱ्यालगतच्या रस्त्यावरच होतं आणि संध्याकाळपर्यंत आम्ही तिथं पोचायला हवे होतो. पण दुपारी जेवणासाठी थांबलो तिथं वेळ जास्त गेल्यानं आता घाई करून लवकर पोचायला बघितलं पाहिजे होतं. शेवटी अगदी सूर्यास्त व्हायला आला त्या सुमाराला समुद्राकाठी दोन ध्वजा फडफडताना दिसल्या. एक पांढरी न् एक भगवी. पायात फिरून बळ आलं. थोड्या झाडीच्या मधे एक लहानसं देऊळ दिसलं. अगदी लहान, त्याला मंदिर वगैरे शब्द योग्य नाही वाटणार. भोवताली कुंपण घालून वाडी केलेली. देवळाच्या मंडपाच्या बरोबर समोर मातीनं लिंपून बांधलेली एक मोठी खोली, डोक्यावर गवताचं छप्पर आणि दरवाजा तट्ट्याचा. तो बंद होता.

एका गुराख्यानं आमचं स्वागत केलं. "मा, आत्ता एवढ्यात भाईर येत्यालच. टेका वाइच ओसरीवर."

'मा?' मी मनाशीच म्हटलं, बंगाली बाबा तर म्हणाले होते, 'विवेकगिरीके पास रुकना' म्हणून! स्त्री, हनुमानाची पुजारीण आणि विवेकगिरी नाव? हे काही वेगळंच दिसतंय. कोण जाणे, इथली व्यवस्था बघणाऱ्या कोणा बाईंना 'मा' म्हणत

असतील! तिथं काय काय होतं ते मग मी बघू लागलो. देवळाचा चौथरा दोन तीन फूट उंच आहे. शेजारी एक मोठी ओसरी आहे. समोरच्या बंद खोलीच्या बाजूला आणखी एक ओसरी आहे. आवारात दूर चार पाच गाई बांधलेल्या आहेत. गोठ्याजवळ बसलेला एक मोठा केसाळ कुत्रा बसल्या बसल्या आमच्याकडे बघतोय. माझी नजर परत त्या बंद दाराकडे वळली. तेवढ्यात दार उघडलं आणि हातात आरतीचं सुसज्ज ताट घेतलेल्या एका गौरवर्णी परदेशी स्त्रीनं बाहेरच्या रेतीत पाऊल टाकलं. आम्ही सगळी आश्चर्यानं आणि कुतुहलानं तिच्याकडे पाहात राहिलो. आमच्याकडे न पाहता ती पुढे गेली अन् सरळ देवळाच्या पायऱ्या चढून वर जाऊन तिनं देवापाशी दिवा लावला, लगेच त्या गुराख्यानं घंटा वाजवली, कुठूनसे थोडे मळक्या कपड्यातले खेडूत स्त्रीपुरुष गोळा झाले अन् हात जोडून उभे राहिले.

त्या निर्जन स्थळी अशा परदेशी स्त्रीला साध्वी वेषात बघून प्रथम वाटलं होतं, की हे आपण कुठं येऊन पोचलो. पण तो घंटानाद, ते आरतीची निरांजन लावलेलं तबक, गोठ्यातल्या गाई आणि ती भोळी, भली माणसं ह्या सगळ्याचा परिणाम म्हणून की काय, थोड्याच वेळात त्या अनोळख्या ठिकाणी परिचित आपलेपणा वाटायला लागला.

संध्याकाळही आता निरोप घेत आहे. पांढरी किनार असलेलं भुरकट निळं समुद्राचं पाणी जराशानं केवळ त्याच्या आवाजानंच त्याच्या उपस्थितीची जाणीव करून देईल. त्या कातर वेळी, मंडपाच्या गाभाऱ्यापाशी हातात आरती घेतलेली, पिवळ्या रंगाचं धाबळीसारखं वस्त्र नेसलेली आणि डोक्यावरच्या तपकिरी केसांचा घट्ट अंबाडा घातलेली, अंगाला भस्म लावलेली ती स्त्री, ते स्थळ, ते वातावरण, समुद्रावर ओठंगलेलं ते आकाश, ह्या साऱ्यांशी इतकी एकरूप झालेली भासत होती की ह्या सगळ्यांच्या वेगवेगळ्या अस्तित्वाची कल्पनाही करता येत नव्हती. निसर्ग आणि मानव ह्यांची इतकी भव्य तद्रूपता मी दुसरीकडे कुठे बघितली नाही. सजीव-निर्जीव हा भेद इथं जणू लुप्त झाला होता. घंटेच्या आवाजालाही त्याचं स्वतःचं वेगळं अस्तित्व आहे असं मला वाटत होतं. ओसरी, रेती, वृक्ष, सारा आसमंतच जणू चेतनामय वाटत होता. माझ्या ह्या अनुभूतीला पुष्टी द्यायलाच जणू काही, त्या साध्वीनं मग आम्हा सगळ्यांना, डोक्यावरच्या आकाशाला, चारी दिशांना, समुद्र, वृक्ष, ह्यांना आणि मग दूर जाऊन गायी, कुत्रा ह्यांनाही ओवाळलं, मग जशी आली तशी त्या बांबूच्या दरवाजाच्या मागच्या मोठ्या खोलीत ती परत गेली. आरतीला आलेली माणसं तीर्थ घेऊन परत गेली. झोपडीचं दार परत बंद झालं.

जरा वेळ आम्ही वाट पाहिली, पण काही हालचाल ऐकू आली नाही. गुराखी पण आत गेला. ह्या उघड्या ओसरीवर रात्र तर काढता येईल, पण या भुकेल्या

तीस पोटांचं काय? इथं तर उरलंय फक्त आरतीचं तीर्थ न दिवा, दुसरं काहीच नाही. जराशानं गुराखी बाहेर येऊन म्हणाला, "मा बोलावत्यात." आम्ही आत गेलो. खोलीच्या दाराच्या समोरच लाल मातीनं लिंपलेला चौथरा होता. त्याच्यावर एक छोटं होमकुंड होतं. त्यात अजून अग्नी थोडा पेटलेला होता. उजव्या हाताला त्रिशूळ उभा खोचून ठेवलेला होता. कुंडाच्या मागे पद्मासन घालून बसलेली ती साध्वी डोळे मिटून काही पठण करत होती. छप्पर उंच आहे म्हणून बरं, नाहीतर अग्निकुंडातली एखादी ठिणगी उडाली तरी गवत न् बांबूनं शाकारलेली ही झोपडी संपूर्ण पेटायची!

खोली खूप प्रशस्त मोठी आहे. सगळी आरामात बसू शकतील एवढी. एका कोपऱ्यात चूल, तिथेही खूप मोकळी जागा. पण वातावरण जरा भीती वाटेलसं एक तऱ्हेचं गूढ. ही परदेशी स्त्री कोण आहे, काय करेल, कुणास ठाऊक! ह्या अशा जागी जेवणखाण कुठलं मिळणार? ही त्रिशूळधारिणी बहुतेक आम्हाला हाकलून देणार असेल. मांनी आपले बोलके डोळे उघडले आणि त्या भागातल्या खास प्रादेशिक बोली भाषेत, मधुर आवाजात विचारलं,

"मास्तर, कुणीकडनं आलासा?" आमचं आश्चर्य आमच्या चेहऱ्यावर दिसलं असणारच.

"ही सगळी तर खूप दुरून आलीयत. गेले पाच-सहा दिवस पायी हिंडताहेत. मी आजच त्यांच्याबरोबर आलो." मी तिच्यासारखं स्थानिक बोलीत बोलायचा प्रयत्न केला.

"वा! खूप! ह्या पोरी, ही पोरं सारीजणं पायी हिंडतायत?"

"होय, दरियाची यात्रा करतायत." मी अवलचे शब्द आठवत सांगितले.

"छान, छान. राहाणार आहात ना रात्री?"

मनात आलं, 'बाई गं, राहणार नाही तर जाणार कुठे आता रात्री?' उघड म्हणालो, "हां, रात्री राहू, सकाळी पुढे जाऊं."

"ठीक."

"आम्ही सगळी मिळून तीस जणं आहोत." मी परिस्थिती स्पष्ट करत सांगू लागलो.

"ठीक."

"दुपारी थोडं खाल्लंय वाटेत. त्यानंतर काही नाही!"

पुन्हा शांत उत्तर, "ठीक."

ह्या 'ठीक' ह्या छोट्याशा शब्दात किती शक्ती, प्रभाव आहे, त्याचा अनुभव यायला तो त्या साध्वीच्या तोंडूनच ऐकायला हवा. ओठावर हंसू, डोळ्यात निश्चिंत भाव, आणि स्वच्छ, शांत आवाजात एकच उत्तर 'ठीक'. पण ते ऐकता ऐकता आमच्या सर्व अडचणी दूर होतायत असं वाटायला लागलं होतं. इतकं, की आता

जर ती म्हणाली असती, की 'इथं कुठं जेवायला तर काय बी न्हाई मिळनार.' तर आम्ही तीसही जण म्हणालो असतो, 'ठीक.'

पण तिनं तसं म्हटलं नाही. चट्‌कन ती उभी झाली आणि चपळतेनं चुलीकडे वळता वळता विचारलंन, "भजन गाता येतं? दोन चार म्हणा, तोपोतर रांधून टाकते." मग त्या गुराख्याला, "भाई, पीठ भिजवून ठीव, पुऱ्याबी करून टाकू."

आणि ती स्त्री, अनोळखी, न सांगता सवरता येऊन ठेपलेल्या तीस माणसांच्या स्वयंपाकाला लागली! आमच्या टोळक्यातल्या मुली-नीलिमा, उर्वी उठून तिच्या मदतीला गेल्या. "तुम्ही राहू द्यात मुलींनो," मां नी त्यांना सांगितले, "या अंधारात रांधायला जमायचं नाही तुम्हाला. चूल बघितलीपण नसेल ना कदी?" कुणाचीही मदत घ्यायला तिनं नकार दिला. 'ठीक!' अन्नपूर्णा कधी स्वतःचे स्वयंपाकघर कुणावर सोपवेल का? कच्चे मूग भाजून केलेली उसळ आणि पुऱ्या हे या भागातलं खास खाणं, ते बनवून तिने आम्हाला जेवू घातलं. "अन्न उरवू नका. उष्टं उरलं तर गाय-कुत्र्याला घालू नका. त्यांचं उष्टं खायची तयारी असेल, तर त्यांना उष्टं घाला!" तिनं सगळ्यांना सांगितलं.

जेवणं झाल्यावर सर्वजण झोपायची व्यवस्था करायला लागले. तेवढ्यात मां आल्या. "झोपणार का गप्पागोष्टी करणार थोडा वेळ?"

"गप्पा मारू या."

एक परदेशी स्त्री इथे राहते, इथली भाषा इतक्या सहज सुंदर शैलीत बोलते, याचेच खूप नवल वाटत होतं. कोण जाणे कुठल्या दूरच्या देशातून येऊन पोचलीय् इथं! या जवळजवळ निर्जन स्थळी या खोपटांमध्ये राहणाऱ्या इथल्या माणसांमध्ये स्थायिक होऊन राहताना तिला किती अवघड गेलं असेल, किती अडचणी आल्या असतील. सगळ्यात मोठा प्रश्न भाषेचा. किती पंचाईत झाली असेल, कसं जमलं असेल हिला? शेवटी तिलाच विचारलं, तशी मां ला हसूच आलं. "घ्या! अरे, भाषा नसली येत, तर त्यात काय मोठं? एक माणूस दुसऱ्या माणसाला जाणून नाही घेऊ शकत?"

"तरी पण, या साऱ्यांना तुमची भाषा येत नाही, ना तुम्हाला त्यांची, अवघड नाही?"

"मास्तर, सांग पाहू, तू मुका असतास, तर काय केलं असतंस?" प्रश्नाला उत्तर द्यायच्याऐवजी प्रतिप्रश्न करून आपलं म्हणणं समजावून द्यायची इकडल्या लोकांची पद्धतही मां ने उचलली होती! "अन् भाषा समदी शिकायला कुठं बसू मी आता, आँ? जी बोलतात भाषा, तशी बोलायला शिकले सरळ मी आपली. हितली लोकं जी भाषा बोलतात ना, ती मला समजते, बोलता येते. तुमच्या सारकी भाषा शिकलेली मातुर न्हाय म्या."

इथल्या लोकात मिळून मिसळून राहणारी, त्यांची बोली बोलणारी ही स्त्री मूळ कुठली असेल, कोण असेल ही? तिचे आईवडील कोण, ते कुठे असतील?

"हां, माबाप तर असणारच ना, तुमचे आहेत तसे माझे पण आहेत." तिनं उत्तर दिलं. उडवाउडवी करत उत्तरं येत होती आणि आम्ही परत परत अशाच प्रश्नांवर येऊन ठेपत होतो. "कमाल झाली बाबा तुमची. सांगितलंच पाहिजे का?"

"हां."

"बरं सांगते. पण माझं बोलून संपलं की पुना म्हणून काईबी इचारायचं न्हाई, कबूल?"

"नाही विचारणार."

अन् जणू ब्रह्मांडाच्या उत्पत्तीचे रहस्य आता कळणार होतं, अशा उत्कंठेनं आम्ही आणखी पुढे सरकलो. ती पुन्हा हसली अन् लहान मुलाच्या निर्व्याजपणे म्हणाली,

"तुम्ही आलाय डागदराकडं अन् विचारताय् वकिली कायदं. आता डागदराला वकिली कायदा कसा सांगता येनार वं? मी घरून निगाले, माजं, आपलं वाटेल असं ठावठिकाण शोधत. इथं आले तर वाटलं हीच ती जागा, म्हून मग इथं ऱ्हाइले."

"पण साध्वी का झाला, तीही हिन्दू धर्मीय होऊन? तुमच्याही धर्मात साध्वी असतातच की?"

"माज्या म्हंजी कुठल्या धर्मात? धर्माला नाव असतं?"

का नसतं? अरे! धर्माच्या नावाखाली तर जगभर युद्धं होतात, रक्त वाहतं. यादी करायला बसलो तर उजाडेपर्यंत संपणार नाही एवढी धर्म, पंथांची नावं तर आम्हाला अडाण्यांनाही ठाऊक आहेत. ही बाई तर ज्ञानी, साध्वी म्हणायची, न् विचारतेय् धर्माला नाव असतं का म्हणून!

"हो, तुमी म्हनता की आसतं, पर ते पुस्तकात असतं, मानसाच्या मनात जो धरम असतोना त्याला काय बी नाव नसतं, समद्या जीवांची सेवा करावी अन् आनंदानं जगावं, ह्यो धरम."

वेदकाल, सत्ययुग, द्वापारयुग, त्रेतायुग, कलियुग. या साऱ्या युगांमध्ये हजारो संत, ऋषी अन् सामान्य माणसांतून वर आलेले अनेक महात्मे, ही साधी गोष्ट जगाला समजावता समजावता आयुष्य वेचून गेले, पण माणसाला ही गोष्ट तरीही समजलेली नाही. उलट, असं शिकवणाऱ्याची ओळखही तो जिवंत असेतो पटत नाही, पण मेला की त्याच्या नावाने नवा एक पंथ किंवा धर्म उभा करायला लोक तत्पर असतात! या स्त्रीच्या जीवनात असे काय घडले असेल की ती संसार सोडून इकडे आली? एकदा संसार सोडल्यावर परत संसारी व्हायची इच्छा तिला कधी

झाली असेल? आहे ना मजा? आम्ही सारे साध्वीशी गप्पागोष्टी करायचे सोडून नदीचे मूळ शोधण्यातच गुंगून गेलो होतो!

"का? मी तुम्हाला संसारी नाही वाटत? ही काय इथं बसलेय् तुमच्यासांगाती गोष्टी करत? ह्ये कपडे घालावेसे वाटले, घातले. न्हाई वाटणार त्या दिशी सोडून द्येईन घालायचं, तू कशाला त्येची काळजी करतुयास?"

शेवटी वाटलं आता विषय बदलावा झालं; म्हणून विचारलं, "मां, हा गव्हाचा ढीग इथं ओट्यावर पडलाय्, चोरीला नाही जाणार गहू?"

"काय बोलतोयस काय तू?"

साध्वीला राग आला माझ्या प्रश्नाचा. जरा वेळ गप्प राहिली आणि मग त्या रात्री, एकलिया हनुमानच्या मंडपात, समोर बांधलेल्या गायी, कोपऱ्यात बसलेला गुराखी आणि माझ्याबरोबर आलेली झोपाळलेली मुले या साऱ्यांच्या साक्षीने त्या अनोळखी परदेशी स्त्रीने, अत्यंत खेडवळ स्थानिक भाषेत मला जे सांगितले, ते मी कधीही विसरू शकणार नाही. घोकून पाठ केलेले श्लोक एक वेळ विसरेन, पण तिचे ते शब्द स्मृतिपटलावर जणू कोरले गेलेत.

"अरे! असशील मोठा हुशार तू, तुझी हुशारी असलं बोलून दावू नको. अरे, या ढिगातनं दाणे घेईल, त्याला तू चोर म्हननार, तर पहिला चोर तूच हायेस! याच डिगातलं धान्, आता मंगाशी खाल्लंस तू! मी शिजवून तुला जेवाय घातलं म्हून तू चोर न्हाईस अन् आपल्या हातानं घेऊन शिजवंल, तो चोर? आरं, फार हुशार तू!" ती उठली, गोठ्याकडे गेली, गाईंना चारा टाकून त्यांच्याशी थोडे बोलून परत आली, तेव्हा मी सगळ्यांना कानात घालायला कापूस देत होतो झोपडीकडे जाता जाता तिने विचारले, "ह्यो काय करताय्सा मास्तर?"

"कानात घालायला कापूस देतोय्, कुठं किडा किटाणू कानात–"

माझे वाक्य मधेच तोडत निश्वास टाकत ती म्हणाली, "मास्तर तुम्ही म्हनत होता न्हवं, की प्वारं समदी आपल्या खुशीनं, धास्ती न ठिवता, चालत चालत इथवर आल्याती; तवां मला आपलं वाटलं की तुजा द्येवावर भरूसा हाये म्हून, पन तसं न्हाई दिसत!"

मला विचारात पाडून ती निघून गेली. सकाळी लवकरच जाग आली, तर ओसरीच्या कोपऱ्यात जर्मन सिल्व्हरच्या बशा आणि चहा भरलेली किटली होती.

"मां ध्यान कराया बसल्यात दुपारला भाईर निगत्याल. दर्शन करायचं तर थांबा, न्हाईपेक्षा ह्यो चहा, प्या न् निगा." गुराख्यानं सांगितलं.

ज्या इतक्या माणसांना रात्री स्वतःच्या हातानं शिजवून घातलं, रात्री ज्यांच्याशी गप्पागोष्टी केल्या, ती सगळी कोण आहेत, कुठून आली, मंदिरात काय ठेवून जाणार आहेत, काहीही जाणून घ्यायची इच्छा नसलेल्या, बांबूच्या दरवाजामागे

ध्यान लावून बसलेल्या त्या खेड्यातली ती परदेशी साध्वी बाहेर येईपर्यंत थांबणं आम्हाला शक्य नव्हतं. आम्ही आमच्या थैल्या उचलल्या. रस्त्यावर उभे राहून मी पटव्याच्या बसची वाट पाहात होतो. ते सारे विद्यार्थी समुद्र किनाऱ्यावरनं पुढे चालू लागले. हात वर करून त्यांना 'बराय् या' म्हणायच्या ऐवजी माझ्या तोंडून निघालं, 'ठीक!'

बंगाली बाबाने काही खास हेतूनेच मला एकलिया हनुमान मंदिरात पाठवले असणार.

चौकीदार टपाल देऊन गेलाय्. सरकारी कागदपत्रांबरोबर एक पांढरा लिफाफा दिसला तसा तो मी प्रथम उघडला. पराशरचे पत्र. तो १२ ते १७ जूनच्यामधे पाच दिवस इथे येणार आहे. मी त्याला सांगितल्या रस्त्याने तो ट्रेनने मोठ्या बंदरावर पोचेल. तिथून बसने पटव्याला. दोन वर्षांत मला वाटते प्रथमच मी कॅलेंडर बघितले. आज १० जून परवाच्या दिवशी पराशर येईल.

"सर्वण" मी हाक मारली, "उद्या रात्री पटवा गेस्टहाउसमध्ये राहावं लागेल. तू बरोबर चल. पटवाहून बैलगाडी करून परत यावं लागेल."

पराशरचे पत्र मी परत वाचू लागलो; मग इतर कागदपत्र पाहात होतो तेवढ्यात शामजी सरपंच आले. 'या सरपंच.' का कोण जाणे, खेराच्या या सरपंचांबद्दल मला आदर वाटतो. भरघोस मिशा, डोक्यावर पगडी, विशाल नेत्र समुद्रासारखे शांत.

"कसं येणं झालं?"

"इकडे पटव्याला गेलो हुतो, ते म्हनलं तुमास्नी त्वांड दाकवून जावं. उनाळ्यात उतरलेले परतून यायची वाट बघतुया. पाऊस तर मंदी दोन दीस पडला, तेच्या नंतर कुटं गडप जाला जनू!"

"उन्हाळ्यात उतरलेले म्हणजे?" मला उमजेना.

"इथं जमीन खारी ना वो, पावसानं जे उगल ते उगंल. मंग पुना कायबी न्हाय्. उनाळा सुरू जाला, की हितून समदं दक्षिणेला गुजरातेत (सौराष्ट्र आणि गुजरात असा उल्लेख बोलताना गुजरातच्या दोन प्रदेशांचा होतो) उतरतात; काम शोधाया. पहिला पाऊस जाला, की मग परतून येत्यात; पन तंवर गाव समदं रिकामं. एकादं एकादं मानूस ऱ्हातंय हितं गुरं ढोरं सांबाळायला, बस."

"कुठं जातात सगळे?"

"आता त्ये वो, गाठुडी बांधूनशान् निगायचं, पटव्याला बस मिळतीया, जिथं जाता यील तिथं जायाचं."

"तुमी पण जात असाल ना?"

"मी बी जातो, पन अवंदा न्हाय ग्येलो."

सरपंच कुठे जात असतील, कसलं काम शोधत असतील? कदाचित् कुणाकडे

तरी भागीदारीत उन्हाळी शेती होत असेल तिथे जात असतील, नाहीतर एवढ्याशा दिवसांत काम तरी काय मिळणार? डोक्यावर गाठोडी घेऊन खेराहून पटवापर्यंतचे सात-आठ मैलांचे अंतर, उन्हाळ्यातल्या रणरणत्या उन्हात या रेताड जमिनीवरून चालत, कसे जात असतील हे लोक? माझा नुसत्या विचारानेच थरकाप झाला. "गुराढोरांचं काय?"

"गाई न् बैल मित्याळला नाहीतर वारारूपला कुणाजवळ देऊन टाकायचे. ज्यांच्याकडे छपरं असलेले गोठे असतील, ते ठेवून घेतात. बैल त्यांच्या शेतीच्या कामाला येतात, गाईचं दूध मिळतं. परत येतो तवां घिऊन येतो."

सर्वणनं सरपंचांना पाणी दिलं. ओट्याच्याकडेशी जाऊन त्यांनी तोंड धुतलं, पापी प्याले, जरा वेळ बसले. सर्वणने चहा करून दिला तो पिऊन मग गेले.

पावसाला उशीर झालाय् असे नाही. इथे जून अखेर किंवा जुलैच्या पहिल्या आठवड्यात पाऊस पडला तर वेळेवर पाऊस आला म्हणायचं. जूनच्या सुरुवातीला दोन दिवस पाऊस पडला, तो पावसाळ्याआधीचा पाऊस म्हणायचा.

दुपारपर्यंत मी रिपोर्ट लिहायचं काम केलं. खेराच्या जमिनीची मापणी जवळजवळ पुरी झालीय्. त्याचे नकाशे तयार केलेत. उन्हं ओसरायला लागली तेव्हा नूरभाई आला. आज अचानक सगळे भेटायला! या कचेरीत नाहीतर क्वचितच कामाशिवाय कोणी येतं.

"रिटायर व्हायची ओडर आलीय्!" आल्या आल्याच नूरभाईनं सांगितलं.

"अरे! तुम्हाला तर ग्रीनबेल्टचा चार्ज देता येईलसं वाटत होतं मला. तुमच्या खात्यातर्फेच ग्रीनबेल्टमध्ये झाडं लावणार आहेत." एकदम मला सबूरची आठवण झाली. मला तो आवडत होता का? का नावडत होता? मलाच ठाऊक नव्हते. रुक्मीपाणाचं त्यानं काय केलं ते समजावं असं वाटतंय आणि नाही पण वाटत. अवलचे त्या दिवशीचे कटु शब्द आठवले की सबूर अन् रुक्मीपाणा दोन्ही विसरून जावसं वाटतं.

"ते तर काय, दुसरा कोणी येईल माझ्या जागी." नूरभाई म्हणाला. ग्रीनबेल्टचा नकाशा त्याने बारकाईने बघितला. "आता तरी मुलाकडे जाणार अन् थोडे दिवस डोंगरापलीकडे जंगलात जाणार. बस तेवढा दूधराज बघितला नाहीये अजून, तो बघायचाय. सगळे म्हणतात डोंगरापलीकडे दिसेल म्हणून. जंगल आहे ना तिकडे!" नर दूधराजचा फाटायला आलेला एक जुना पुराणा फोटो त्याने एका तितक्याच जुन्या पुराण्या पुस्तकातून काढून दाखवला. शेपटातनं निघालेली कमानीच्या आकाराची लांब पिसे आणि डोक्यावर ऐटबाज तुरा असलेल्या या पक्षाचे रंगरूप खरंच मोहक असेल. पण तरीसुद्धा, इतके तऱ्हेतऱ्हेचे पक्षी ज्यानं बघितलेत तो नूरभाई या एका न बघितलेल्या पक्ष्याच्या शोधात डोंगरापलीकडच्या जंगलात

भटकणार हे मला जरा अतीच वाटलं.

"तिथं कोणी ओळखीपाळखीचं आहे? नीट चौकशी करून जा. जंगलचा मामला आहे नाही म्हटलं तरी."

"माझी तर आख्खी जिंदगी जंगलच्या मामल्यात गेली. खुदातालानं वाळवंटात सेवा करून घेतली, तरी काम दिलं जंगल लावायचंच, ही तरी त्याची मेहेरबानीच की नाही?" निवृत्तीच्या वेळी येणाऱ्या निराशेच्या सुरात म्हणावे तसा नूरभाई म्हणाला, "बाभळी तर बाभळी. नूरभाईनं या मुलखातनं घेतलं तसं परतही दिलं, एवढं खूप आहे."

नूरभाईला मी बसवून घेतलं, तो जंगलातनं परत येईल तेव्हा काही ना काही काम माझ्या कचेरीतून त्याला नक्की मिळेल, असे आश्वासन दिलं. प्रवासात कामी येतील म्हणून पैसे देऊ केले, पण नूरभाईने ते घेतले नाहीत. शेवटी माझा गरम कोट माझी आठवण म्हणून घ्यायचं कबूल केलं न् मग गेला.

दुसऱ्या दिवशी रात्री मी न् सर्वण पटव्याला गेलो. गेस्टहाउस एकूण या प्रदेशाच्या मानाने चांगलेच आहे. सकाळी ट्रेन आल्यावर मगच सुटणाऱ्या बसनं पराशर येईल, आणि गेस्टहाउस समोरच्या रस्त्यावरच ती उभी राहाते. सकाळी नवाच्या सुमाराला बस आली आणि पराशर खाली उतरला. आम्ही एकमेकांना कडकडून मिठी मारली. जरा वेळ आराम करून मग धमणी ठरवली होती त्यात बसलो, न् निघालो हवेलीकडे. "वीणा का नाही आली?" मी विचारले.

"तुझी पत्रं वाचून तिलासुद्धा खूप यावंसं वाटत होतं, पण शेवटी नाही आली, माहेरी गेली आईला भेटायला."

"आली असती तर मजा आली असती, पण नाही तरी ती विचित्र वीणाच आहे ना, वीणा नाव चुकीचंच ठेवलं गेलंय्." मी जरा रुसून म्हणालो.

एके काळी जो प्रदेश मला कसलातरीच वाटत होता, तिथं माझ्या मित्रांनीपण राहायला यावं असं आज मला वाटतंय्! धरतीची ही जादू आहे! ज्याला माया म्हणतात, ती हीच असेल. गेल्या दोन वर्षांत शहरी माणसातनं, मी निर्जन उजाड प्रदेशातला सामुद्रिक वनवासी झालोय! आजसुद्धा, वीणा सोडून मी कोणाचीही चौकशी केली नाही. ना आमचं कॉलेजातले टोळकं, ना होस्टेलचे मित्र, ना जुन्या नोकरीतल्या ऑफिसातली माणसं. मी आपलं माझंच सांगत राहिलो आणि गाडीत आडवा पडल्या पडल्या पराशर ऐकत राहिला. कितीतरी वेळ बोल बोल केल्यावर मग मी पराशरला विचारलं, "हं, बोल, दुसरी काय खबरबात?"

"काही नाही, ठीक चाललंय्. सगळ्यांना तुझी खूप आठवण येते. सगळी एकत्र जमलो, किंवा गाण्याबिण्याची मैफिल जमली म्हणजे तर खास."

"तो नारायणस्वामी?" एका मित्राची मला आठवण आली. "अजून प्लेबॅकसिंगर

व्हायची स्वप्नं बघतोय् का गेलं वेड?''

''अरे, त्यानं तर खूप प्रगती केलीय्. स्वतःचं म्युझिक सर्कल बनवलंय्. आपल्या कंपूत फारसा फिरकत नाही अलीकडे.''

मी मनातल्या मनात तुलना करत राहिलो. महिन्या दीड महिन्यातून होणाऱ्या त्या गप्पा-गाण्यांच्या मैफिली, पिकनिक्स. मी तिथे जास्त सुखी होतो का इथं, ते ठरवता येईना.

पराशरच्या सामानात एक निळ्या रंगाची मोठी झिप असलेली रेक्झीनची पिशवी दिसली. त्यात फार सामान काही असेलसं वाटत नव्हतं.

''हे काय घेऊन आलायस?''

''तुझ्यासाठी सरप्राइज आहे. पण आता विचारलंच आहेस तर सांगून टाकतो. होडी आहे!''

''होडी?''

''हं, प्लास्टिकसारख्या कशाची तरी बनवलेली. हवा भरून फुलवायची. पेडल् पंप आहे हवा भरायला.''

''अरे वा!'' मला मजा वाटली.

''छानच आहे. बघशीलच तू आता. पाच वेगवेगळ्या कप्प्यांमध्ये हवा भरली जाते, त्यामुळे एखादा लीक झाला तरी बुडणार नाही. प्लास्टिकचीच फोल्डिंग वल्ही आहेत. मजा येईल. बाकी तू तर बाबा मोठी खरीखुरी होडीपण चालवली आहेस ना? ही होडी तर मलाही चालवता येईल अशी आहे!''

''मी चालवली त्याला होडी चालवली म्हणता येणार नाही खरं म्हणजे. ती वेळच वेगळी होती– जाऊ दे– रात गई, बात गई! पण आपण किष्नाला भेटूया, मजा येईल.''

आम्ही बोलत होतो, तेवढ्यात हवेली आलीच. रेताड जमिनीत धूळ उडवत बैल उभे राहिले. आम्ही उतरलो, सर्वणने सामान काढलं. गाडीवान क्वार्टरपर्यंत आला. बैलांना सोडलंन्, विहिरीवरून पाणी आणून बैलांना पाजलं.

''थांब जरासा, भाकर-तुकडा खाऊन मगच जा.'' मी गाडीवानाला म्हटलं.

''नाय् नाय्, कशापायी वं. ह्यो आत्ता निगालो की कवांच पोचून जाईन.'' म्हणून तो गेलासुद्धा.

त्या रात्री मी न् पराशर जवळजवळ झोपलोच नाही म्हटलं तरी चालेल. क्वार्टर्सच्या गच्चीवर कितीतरी वेळ बसून राहिलो, किती जुन्या आठवणी काढल्या. उशिरानं खाली आल्यावर पडल्या पडल्या परत कितीतरी वेळ गप्पा मारल्या.

सकाळी चौकीदाराला घरीच थांबायला सांगून मी कामावर जायला निघालो. पराशर अजून झोपला होता. प्रवास आणि जागरणानं थकला असणार.

"सर्वण, पराशरभाई उठले की चहा करून दे, मी दुपारपर्यंत परत येईन." असं सांगून मी गेलो, तो दुपारच्याऐवजी साडेदहा अकरालाच परत आलो. पराशर नव्हता.

"विष्नोबरोबर समुद्रावर गेलेत." सर्वण म्हणाला.

फाइली त्याच्या हातात देऊन मीही तिकडेच गेलो, बघतो तर पराशर पेडल पंप चालवून होडीत हवा भरत होता. विष्नो वाळूत मांडी ठोकून, उत्सुकतेनं, कुतूहलानं, प्लास्टिकची पिशवी होडीच्या आकाराची होत चाललेली बघत होता. मीही त्याला जाऊन मिळालो.

"बघ दोस्त, झाली का नाही होडी?" पराशरनं विष्नोला विचारलं.

विष्नोला खूपच मजा वाटत होती. हवेत उंच हात उडवत, उड्या मारत, हसत हसत तो ओरडला, "जय हनुमान!" आम्हाला त्याचा तो आनंद बघून जास्तच मजा वाटली. पराशरनं होडी उचलून समुद्रात फेकली, की लगेचच लाटांबरोबर वाहत वाहत ती परत किनाऱ्यावर आली!

"आत पाण्यात शिरून पकडून ठेवावी लागेल." मी म्हटलं.

"ते पाण्यात शिरून वगैरे तू जा बाबा. आपण तर समुद्र बघितलाच मुळी आज! त्यात आत पाण्यात जायचं बियचं आपलं काम नाही!" पराशर होडी उचलून माझ्या हातात देत म्हणाला.

"चल माझ्याबरोबर." अंगावर होते त्याच कपड्यात पाण्यात शिरता शिरता मी पराशरला ओढत बरोबर नेला. गुडघाभर पाण्यात उभा राहून मी होडी पाण्यात पकडून ठेवली. "हं, चल बस आत."

"पहिल्यांदा विष्नोला बसवू या, त्याला मजा वाटेल." पराशरनं सुचवलं आणि तो विष्नोला घेऊन आला. जरा बिचकत बिचकत शेवटी विष्नो होडीत बसला.

"हं चल, आता तू जा आत." मी पराशरला सांगितलं.

पराशर नीट बसला तशी मी होडी आणखी खोल पाण्यात खेचली, आणि किनाऱ्याकडून परतणाऱ्या लाटांवर होडीला ढकलता ढकलता मी पण आत उडी मारली, अन् लगेच वल्ही मारत होडी समुद्रात आत नेली.

"चार जणांना आरामात बसता येईल, नाही?"

"अरे, नक्कीच! फारच छान, मजेची आहे."

मी उत्साहानं म्हटलं,

"पोटात गुदगुल्या होतायत, नाही?"

मजा वाटून विष्नोला खूपच हसू येत होतं. होडी मी बरीच दूर घेऊन गेलो, न् मग वल्ही मारणं थांबवलं. भरतीच्या लाटांवर तरंगणारी होडी परत किनाऱ्याकडे खेचली जाऊ लागली, अन् शेवटी एका मोठ्या लाटेसरशी होडी थेट किनाऱ्यावर येऊन थडकली. हवा काढून आम्ही होडी बंद केली. विष्नो तर होडीवर बेहद्द खूष होता.

"मी घेऊ उचलून?" त्यानं विचारले.

"हो, घेना."

अर्धवट उचलत, अर्धवट फरपटत त्यानं वाळूतून ती होडी थोडं अंतर नेली, तेवढ्यात मग सर्वण आला तशी त्याला देऊन टाकली.

"ही होडी असली तर भेंसल्याला जाता येईल," मी म्हटलं. "आपटली कुठे, तरी फुटायची भीती नाही."

"भेंसल्याला तूच जा हं आपला, माझं काम नाही ते, पण बेटावर मात्र जरूर जाऊच या, आणि लवकरच जाऊया, मग मला परत निघालं पाहिजे."

"उद्याच जाऊया, अन् भेंसलाला पण जायचंच!"

घरी पोचल्यावर मी सर्वणला वराहस्वरूपला पाठवलं.

"मचवा भाड्यानं करायचाय्, तो घेऊन ये, बंगल्याच्या मागच्या बाजूला खोल पाण्यात उभा करू दे, आम्ही या होडीतनं तिथपर्यंत येऊ."

सर्वण गेला, नि जराशाने अवल आली. आली, न् पहिल्यांदा पराशरकडे पाहिलंन्, काहीच औपचारिक वगैरे बोलली नाही. मग माझ्याकडे वळून म्हणाली, "भेसल्यावर नाही गेलात तर बरं, तिथं माणसांना जाता येत नाही."

"सर्वण तर गेलासुद्धा मचवा नक्की करायला. तुला कोणी, विष्नोनं सांगितलं वाटतं?"

"आता पावसाळा सुरू व्हायचे दिवस. अशा वेळीच कुठून तुम्हाला बेटावर जायची लहर आली?" माझ्या बोलण्याची दखल न घेता अवलनं उलट विचारलं.

"पण मचव्याला तर मशीन असतं ना, त्यातनं जायला काय हरकत?" मी परत माझी बाजू मांडली.

"तरीसुद्धा, भेंसल्याला जायचं मनातही आणू नका. बेटावर जाऊन फिरून या, हरकत नाही." ओट्याच्या कट्ट्यावर ठाण मांडत अवल म्हणाली.

पराशरसमोर ही स्त्री मला इतकं स्पष्टपणे सुनावते हे मला झोंबलं. "आम्ही सगळं नक्की केलंय्, सर्वण मचवा आणायला गेलाय्, उद्या निघू आम्ही." मीही निर्धारानं बोललो. "आणि भेंसल्यावर गेलं तर काय बिघडतं?"

जरा दुखावल्या सुरात ती म्हणाली, "बरं, ठीक आहे." अन् मग तिच्या सवयीप्रमाणे, काहीतरी गूढ बोलत असेल तसे, पण तेही जरा टोमणा मारत म्हणाली, "माणूस स्वत: जे करायचं ठरवतो, ते सगळं तो करू शकतोच, असं खरंच वाटतं का तुम्हाला?"

"किष्नासुद्धा जाऊन आलाय् तिथं." मी एक लंगडं समर्थन पुढे केलं. खुर्चीवर बसल्याबसल्या पराशर हे संभाषण ऐकत होता. अवल कट्ट्यावरून उठून उभी झाली, परत जायला वळली आणि जाता जाता म्हणाली,

"किष्ना, जातीचा खारवा आहे!" तिच्या आवाजात अशी काही धार होती, की ते मला फार म्हणजे फारच टोचलं.

समुद्रात पोहता येणं, होडी चालवायला शिकणं, चांगली सुरक्षित होडी असणं, दोन-अडीच वर्षं दरियाकिनारी राहाणं आणि त्या असीम जलराशीवर मनापासून प्रेम करणं, हे सगळं माझ्या पारड्यात असूनही, मी खारवा नाही! अवलच्या शब्दांनी मला माझ्या खऱ्या पायरीवर आणून बसवलं. माझा जन्म या दरियाकिनारी झालेला नाही, मी इथे लहानाचा मोठा झालो नाही, समुद्र माझ्या शरीरात, मनात एकरूप होऊन भिनलेला नाही. किष्ना दरियाशी करतो तशी दंगामस्ती करण्याची कोणतीही पात्रता, कोणताही अधिकार मला नाही!

सोडून द्यावा वाद असं वाटलं, पण पराशरच्या समोर या स्त्रीकडून हार मानायला मी तयार नव्हतो. म्हटलं, "तू उगीच काळजी करू नकोस, परवाच्या दिवशी आम्ही परत येऊ."

अवल यावर काहीच उत्तर न देता तेथून निघून गेली. मला शंका आली की कदाचित् ती सर्वणला जायचा थांबवून आली असेल आणि मचवा आणायला ती त्याला जाऊच देणार नाही. असं करू नको असं तिला सांगायला जाताजाता माझा मीच थांबलो. खोल कुठेतरी मनात वाटलं, की नाही आणू दिला तिने मचवा, तरी ठीक, नाही तर नाही!

पण तसं झालं नाही, दुसऱ्या दिवशी मचवा आला. दूर समुद्रातून मचव्यातल्या नाविकाने पांढरं कापड फडफडवून खूण केली. आम्ही त्याला बघितलंय् ते उलट सांगायला आम्हीही गच्चीवरून कापड फडफडवून दाखवलं, तशी समुद्रात नांगर टाकून बोट उभी राहिली. सर्वण वराहस्वरूपहून परत येईतो आम्ही थांबलो, मग मी आणि पराशर समुद्रावर गेलो, थोडं सामान सर्वणनं आणलं, मग मी त्याला परत पाठवलं.

"जा तू. आम्ही परवा परत येऊ. मग दुसऱ्या दिवशी पटव्याला जायची गाडी करून आणायचीय्, पाहुणे परत जायचे आहेत." तो गेला, होडीत आम्ही हवा भरली. पराशरनं सगळे व्हॉल्व्हस् तपासले. मी होडी पाण्यात नेऊन पकडून ठेवली, पराशर सामान घेऊन आला. आम्ही सामान व्यवस्थित लावून होडीत बसायची तयारी करतोय् तो माझी नजर किनाऱ्याचा चढ उतरून धावत येणाऱ्या सर्वणकडे गेली. तो जोरजोरात ओरडून काहीतरी सांगत होता, पण लाटांचा आवाज आणि समुद्रावरून त्याच्या बाजूला वाहणारा जोराचा वारा, यामुळे त्याचा आवाज आमच्यापर्यंत पोचत नव्हता. पराशर माझ्याकडे अन् सर्वणकडे आळीपाळीने बघत उभा. काही सुचायच्या आधीच अवल येताना दिसली. तिने विष्नोला कडेवर उचलून घेतले होते आणि ती धापा टाकत धावत येत होती.

“पकड रे.” म्हणून होडीची दोरी पराशरच्या हाती देत मी पळत सुटलो.

“विष्नोला विषारी साप चावलाय.” सर्वणनं धापा टाकत सांगितलं.

पराशर होडी घेऊन एव्हाना बाहेर आला होता, अवलही तेवढ्यात तिथे येवून पोचली.

“ह्याला होडीतनं घेऊन जा.” घाबरलेली अवल म्हणाली.

“बेटावरच्या दर्ग्यावर न्यावा लागेल, फकीरबापू साप उतरवतात.”

अवलसारखी बाई साप उतरवायचं वगैरे बोलते याचं मला नवल वाटलं. “दर्ग्यावर नेऊन काय उपयोग? डॉक्टरकडे गेलं पाहिजे.” मी म्हटलं.

“कुठून आणायचा डॉक्टर?” रडवेल्या झालेल्या अवलनं महाप्रयासानं अश्रू थोपवून धरले होते, पण ते तिच्या आवाजात जाणवत होते. मलाही आठवलं मग, की आसपासच्या तीस-पस्तीस मैलांच्या परिसरात डॉक्टर तर सोडाच, चांगला वैद्यही नव्हता.

“मग मोठ्या बंदरावर घेऊन जाऊ, नाहीतर गाडी करून कुठेतरी नेऊया.” कुठेतरी म्हणजे कुठे ते मला तरी कुठे ठाऊक होते? आणि शिवाय मचवा मोठ्या बंदराला पोचायला सहा तरी तास लागणार, त्यातसुद्धा लाटा फार जोराच्या असतील तर आणखीच वेळ लागणार.

“मला आणखी कुठंही नाही जायचं, दर्ग्यावर जाऊया.” म्हणून अवल समुद्राकडे जाऊ लागली.

विष्नो वरचेवर तिच्या कडेवरून वाकून त्याच्या पायाकडे बघत होता. घाबरला होता, पण शुद्धीवर होता. होडी पाण्यात टाकून अवल, विष्नो आणि पराशरला बसवून मग उडी मारून मी आत बसलो. अवल समजून उमजून दर्ग्याकडे का जातेय ते मला समजत नव्हतं. होडी मचव्याकडे वल्हवता वल्हवता न राहवून परत मी म्हटलं,

“फकीरबाबा काय करू शकणार? खरं म्हणजे औषध दिलं पाहिजे.”

आता मात्र अवलचा संयम संपला. तिला इतकी रागावलेली मी कधीच पाहिली नव्हती. “काय ठाऊक आहे तुम्हाला, तेच तेच परत बोलताय् ते? मला काही नाही का समजत? मी आई आहे याची, शत्रू नाही. नऊ महिने पोटात वाढवलाय् मी याला.” वीज अंगावर पडावी तसं झालं मला. अवलला आता मात्र रडू फुटलं पण लगेचच स्वतःला सावरत ती म्हणाली, “मलाही कळतंय् की डॉक्टरकडे नेलं पाहिजे, पण डॉक्टरकडे वेळेवर नाही पोचू शकलो, तर जन्मभर मनाला ठणका लागून राहील की मी पोराला वाचवायला काही केलं नाही. दर्ग्यावर निदान पोचता तर येईल! जे काय होणार असेल, ते आता देवाच्या हाती; पण मला, याच्या आईला, एवढा तरी दिलासा राहील, की माझ्याकडून शक्य तितकं

मी सगळं केलं होतं.'' अवलनं तोंड फिरवलं.

मचव्यावरच्या लोकांच्या लक्षात आलं होतंच की काहीतरी गडबड झालीय्. दोन खलाशी दोराची शिडी बाहेर लटकवून पाण्यात उतरलेच होते. आम्ही पोचल्याबरोबर त्यांनी आधार देऊन एकापाठोपाठ एक सगळ्यांना मचव्यावर चढवलं. आम्ही वर पोचल्याबरोबर खलाशांनी इंजिन चालू केलं, माझी होडी पण मी वर खेचून घेतली आणि शक्य तितक्या जगद गतीने आम्ही बेटाकडे निघालो. सर्वण किनाऱ्यावरून आमच्याकडे बघत होता.

''भेसल्यावर जायचा बेत नसता केला, तर बरं झालं असतं.'' मी न राहवून बोलून गेलो.

''असं नका मनात आणू. उलट, बरं झालं, की तुम्ही जाणार होतात म्हणून मचवा आलेला होता.'' बोलता बोलता थांबून विष्नोकडे बघत ती पुढे म्हणाली, ''तुमचा तर अशा गोष्टींवर विश्वास नाही. आणि असला, तरी देव काय वेडा का आहे तुमच्या करण्याची शिक्षा या पोराला द्यायला?''

''आई ग, मी मरून जाणारे?'' विष्नोने घाबरलेल्या कोविलवाण्या स्वरात विचारलं.

साऱ्या समुद्रावर जणू सन्नाटा पसरला होता.

''नाही रे बेटा, तुला तर आता बरं वाटेल हं. मी सुरीनं काप दिलाय्, दोरी बांधलीय, मग कसं काही होईल सांग बरं? आणि फकीरबापू बरं करतील ना तुला!'' समुद्राकडे टक लावून बघत अवल बोलत होती.

मचव्यावर आम्ही सहा-सात जण होतो, पण तरी साऱ्या जगात आता या क्षणी अवल किती एकाकी आहे ते तिच्या चेहेऱ्यावर दिसतंय्. जसजसा वेळ जातोय् तसतशी ती आणखी आणखीच एकटी वाटत जातेय. नंतर नंतर तर तिने कोणाकडे बघणे बोलणे सारे सोडून दिले आणि गजेन्द्रमोक्ष स्तोत्र म्हणत राहिली. थोड्याच वेळात मचवा सरळ दर्ग्याला येऊन पोचलासुद्धा. आम्ही विष्नोला सरळ फकीराकडे घेऊन गेलो. तिथे चार-पाच तरुण मुलं, दोन लहान मुली आणि एक स्त्री होती. आम्हाला बघून ते जायला उभे राहिले. त्या स्त्रीने विचारले, ''काय झालं पोराला?''

अवलची घाबरलेली अवस्था तिने ओळखली.

''साप चावलाय्.'' पराशर म्हणाला,

''ओहो–'' आणि तिनं बरोबरच्या मुलीला म्हटलं, ''नेहा बेटा, जा बरं निखिल अंकलना सांग लवकर औषधांची पेटी घेऊन या.'' मुलगी धावत दिवादांडीकडे गेली. ''निखिल इथं आहे?'' मी विचारलं.

''हो, आम्ही तीन दिवसांचा कॅंप केला, रूरल एज्युकेशनचा. अशा वेळी औषधं जवळ ठेवतोच. ॲन्टी व्हेनम् पण आहे. तुम्ही निखिलला ओळखता?''

''हं, एकदा इथंच भेटलो होतो.''

“मी सरला, निखिलची पत्नी. आम्ही पंधराजण आहोत इथं.”

ॲन्टी व्हेनम आणि डॉक्टर इथे हजर आहेत हे ऐकताच अवलच्या तोंडावर हुशारी आली. थोड्याच वेळात निखिल आला. ‘हॅलो’ मला म्हणाला अन् लगेचच उकिडवा बसून अवलच्या मांडीवर झोपलेल्या विष्नोला तपासू लागला. “खाली झोपवा याला.” जखम बघत तो म्हणाला, “कसला साप होता?”

“मी पाहिला नाही, यानं स्वतःच पाहिलाय् पण पोर तो, तो काय सांगणार?”

“हा तुमचा मुलगा का?”

“हं.”

“आणखी कोणी आहे बरोबर?” निखिलनं आजूबाजूला बघत विचारलं. “मी ॲन्टीव्हेनम देतो, म्हणजे मग धोका नाही, पण मोठ्या बंदरावर नेला तर पाहिजेच.” त्यानं छोटं पॅड काढलं आणि चिठ्ठी लिहून अवलला दिली. “काळजी करू नका. कदाचित् बिनविषारीही साप असू शकेल, तरी मी औषध दिलंय आहे; दवाखान्यात मात्र राहावं लागेल.”

फकीराने धूप जाळला. निखिलनं इंजेक्शनची सिरिंज भरली. फकिराने मोरपिसांचा कुंचा घेऊन विष्नोच्या डोक्यापासून पायापर्यंत फिरवत आणत काही मंत्र पुटपुटायला सुरुवात केली. निखिलनं साप चावला होता त्या जागी आणि हातावर अशी दोन इंजेक्शनं दिली. मी न् पराशर हे एकाच वेळी एकाच पेशंटवर दोन तऱ्हेचे उपचार होताना बघत राहिलो.

निखिलनं विचारलं, “जाणार कसे? बोट आहे?”

“आम्ही आलो तो मचवा आहे, जाईल?”

“जायला पाहिजे, कारण वादळी हवा नाही फारशी. आम्ही कालच आलो, पण आमची लाँच आम्हाला सोडून परत गेली.”

“काही हरकत नाही, मचवा जाऊ शकेल.” अवल म्हणाली.

ती आता बरीच शांत झाली होती, आणि तिचं नेहमीचं व्यवस्थापन करायचं कौशल्या जागं झालं होतं! “तुम्ही अन् पराशरभाई हवेलीवर जा, पटव्याला विष्नोच्या मामाला निरोप कळवा की परस्पर मोठ्या बंदरावर ये म्हणून.”

म्हणजे विष्नोला वडील नाहीतच की काय, पण अवलकडे बघून तर तसं वाटत नाही. क्षणभर हा विचार आला, परत विष्नोची चिंता उफाळून आली. “पण तू एकटी कशी जाशील? आम्ही बरोबरच येतो.”

“मी बेलीला घेऊन जाईन बेटावर. किष्ना बेटावर असला तर तो पण येईल. तुम्ही हवेलीवर जाऊन पटव्याला निरोप कळवा. मोठ्या बंदरात तर सगळी मला ओळखतात. तुम्ही आपलं मी सांगतेय् तसं करा बरं.”

मी आणि पराशर मचव्यातनं खाडीला उतरलो आणि बेलीला निरोप सांगितला.

किष्ना घरी नव्हता पण बेटावर होता. अंगावर होते त्याच कपड्यात बेली खाडीकडे धावत सुटली.

"तू धक्क्यावर जा, मनहरभाई बसला असंल त्याला सांग तांडेलला शोधून काढायला." जाताजाता तिनं सांगितलं.

आम्ही पाऊल उचलणार तेवढ्यात बेलीनं पुन्हा ओरडून सांगितलं, "तांडेलला सांग धक्क्यावर वाट बघ म्हणावं, पण तू त्याला शोधण्यात वेळ घालवू नको, पटव्याला निरोप पोचव जाऊन."

या वेळी मी माझं चूक का बरोबर या विचारात पडलोच नाही पण किष्ना जर बेटावर असला तर तो नक्कीच अवलबरोबर जाईलच, तेव्हा मी पटव्याला जाऊन तिथले काम केलेलेच बरे अशा विचाराने मनहरला निरोप सांगून आम्ही धक्क्याकडे वळलो.

कुणाची गाडी असेल का मिळण्यासारखी? वराहस्वरूपला पोचल्याबरोबर आम्ही वाहनाचा तपास सुरू केला.

"मिळंल, गोपाकाका गाडी भाड्यानं देतो, भाईर गेला नसला कुटं तर मिळंल."

जेमतेम वीस घरांच्या एवढ्याशा गावात गोपाकाकाला शोधायला वेळ नाही लागला. त्यानं लगेच गाडी जोडली; आम्ही गावाबाहेर पडलोसुद्धा.

"का वं येकदम पटव्याला जायचं निगालं?" बैलांना चुचकारत हाकारता हाकारता गोपाकाकानं विचारलं.

"तिथं अवलच्या घरी जायचंय्."

मग एकदम माझ्या लक्षात आले की, अवलच्या भावाचे नाव-गाव-पत्ता काहीच मी विचारलं नव्हतं!

"पण अवल कुठं पटव्याला ऱ्हातीया?" मागे वळून आमच्याकडे बघत गोपाकाकाने विचारले.

मग मी त्याला सारी हकीकत थोडक्यात सांगितली. म्हाताऱ्याच्या चेहेऱ्यावर चिंतेचं सावट पसरलं. पण तो लगेच म्हणाला,

"विष्नोला काईबी न्हाई होनार. हादाभट्टचा वंश आहे, त्याला कसं काई हुईल?" मग बैलांना चुचकारत पुढे, "आनि अवलसारखी सती देवी, तिचा हात आहे ना डोक्यावर, कशाचं भय नको ठिवायला, समदं ब्येस हुईल."

"आजोबा, साप काही हादाभटना ओळखत नसतो." पराशर म्हणाला.

"बगाच तुमी, मी म्हंतूया त्ये खरं होतं का नाय्. आत्ता माजं ह्ये बैल तुमाला पटव्याला पोचवतील." गोपाकाका पराशरला म्हणाले. "जिवापलीकडं जपलंय् मी या दोगांना, कदीबी शेपूटसुद्धा न्हाय पिरगळली यांची."

मी गाडीच्या आडव्या लाकडाला पाठ टेकून बसलो होतो. विचारलं,

''काका, तुम्ही हादाभट्टना बघितलेलं?''

''लहान हुतो तवां पाहिलेलं. या अवलचा नवरा आता विष्नो आहे त्येवडा हुता. भट पटव्याला ऱ्हात हुता. तो ग्येला तवा मग बामणीण अवल ऱ्हाती त्या वाडीवर ऱ्हायला आली; ती आत्ता आत्तापोतर हुती. उदंड आयुख जगली.''

''सगळी म्हणतात केशोभट साधू होऊन निघून गेले म्हणून?''

''तेचं असं जालं,'' रस्त्यावर नजर टाकत गोपाकाका सांगू लागले; ''केशो राहात होता पटव्याच्या वाडीवर. अवलचा भाऊ पिकवतो तो मळा केशवचा. हादाभटला एक मुलगी. परदेशात-मारवाडात तिचं सासर. तिच्या लग्नाचं वऱ्हाड यायचं व्हतं, पन पटवामंदी पान्याची चनचन, म्हून हादाभटांनी जानोसा बेटावर उतरवायचं ठरवलं, तवा केशोभट गेला हादोभटांकडे न् म्हनाला, 'दादा, (मोठा भाऊ) जानोसा मळ्यावर उतरवूया, विहिरीला पानी हाये.''

''मग?''

''हादाभटांनी तर शपत घेतलेली, की पटव्याच्या मळ्यात पाय न्हाई टाकनार म्हूनशान, पन जानोसा मळ्यावर उतरवायला काय अडचन न्हवती.''

मधे एकदम मोठा दगड आल्याने गाडीला हिसका बसला. ''हळू रं बाबांनू हळू.'' बैलांना चुचकारत गोपाकाका गोष्ट पुढे सांगू लागले. ''चैतर-वैशाक म्हैना. मानसं समदी निगून ग्येलेली गुजरातेत मजुरीला. विहिरीचं पानी उपसून भराया कोनी मिळंना. आन् त्ये वक्ताची वऱ्हाडं मोठाली, इतक्या समद्या मानसांसाटी पानी हापसनार कोन व्हिरीचं?''

''मग? बेटावर उतरलं वऱ्हाड?''

''न्हाय् न्हाय् केशोभट म्हनाला, बिलकुल चिंत्या करू नगा, माजा हनुमानदादा लाज राखील.''

''मग? पाऊस पडला की काय?'' मला वाटले आता दंतकथा ऐकायला मिळणार.

''वैशाकात वं कुटला आलाय् पाऊस? हनुमानजी केशाभटाला सप्नामंदी येऊन सांगून गेलेले, की भक्ता, तुज्या भावाच्या घरात मांडव पडायचाय, पानी व्हिरीतनं मी आनून देईन. मळ्यावर मानसं असतील तंवर व्हिरीजवळची कुंडी खाली ऱ्हाऊ न्हाई देनार.''

पराशर माझ्याकडे बघून हसला. गोपाने ते बघितले तशी तो रागेजला.

''तुमास्नी खरं न्हाइच वाटनार. आमी या डोळ्यांनी बगितलंया या समद्यास्नी.''

''नाही, नाही, मी काही नाही म्हटलं, तुम्ही सांगा ना गोष्ट पुढची.''

''तर मी काय सोडून देईन व्हय सांगायचं? हादाभट काय माज्या नात्याचा

हाय व्हय, त्ये मी सोडून देऊ गोष्ट? ह्ये तर या सायबांनी इचारलं म्हून म्या सांगाया लागलो, न्हाई पेक्षा मला काय पडलीय?''

''काका, तुम्ही त्यांचं जाऊ द्या हो, मनावर घेऊ नका, ते तर पाहुणे आहेत, मला सांगा ना गोष्ट.''

''वऱ्हाड आलं. मळ्यावर उतरलं. केशोभट गेला गावच्या मंदिरात ऱ्हायला. जिथं वऱ्हाड उतरलं असेल तिथं राहाणं त्याला जमणारं न्हवतं.''

''हं.''

''इकडं हादाभटांनी वऱ्हाडी मानसांना हात जोडून जोडून सांगितलेलं की 'परत जाताना मळ्यात कुणी काही विसरून जाऊ नका.' पण मानूस कोनाला म्हनायचं? मुद्दाम का चुकून, पन कुनाची तरी लंगोटी व्हिरीच्या काठावर वाळत टाकलेली ऱ्हाइली तशीच आन् वऱ्हाड निगून ग्येलं.''

''मग?''

''दुसऱ्या दिशी रातचं केशोभटाच्या सप्नांत हनुमानजी आले न् म्हनाले,

''आरं, तुला इतकं सांगितल्यालं तरी माजी अशी दशा क्येलीस? बग माजे खांदे. मानसं अजून हायेत असं समजून पान्याचे हंडे उचलून उचलून सोलून निगालेत.''

''कमाल झाली!'' मी काकांच्या गोष्टीत रस दाखवत म्हणालो.

''तवांच्या तवां रातचा उठून केशोभट मळ्यावर ग्येला. तिथं तर व्हिरीपासची कुंडी भरून वाहतीय् आन् समदीकडं पानीच पानी. केशानं व्हिरीवरची लंगोटी घेतली न् अर्ध्या रातचा हादाभटाकडं जाऊन साद घातलीन. हादानं दार उघडलं तशी ती लंगोटी समोर धरली. बोलायसारकं काई न्हवतंच. काय झालं त्ये हादा पन समजून ग्येला. शेजारचे दोगंतिगंबी उठून आले.''

गोपाकाकाने गाडी थांबवली, उतरून एका चाकाला वंगण घातलं, परत येऊन बसला न् गोष्ट पुढे सांगू लागला, ''हादाभट मोठा भाऊ, केशाला लहानाचा मोठा केलेला त्यानं, पन उठून केशोभटाच्या पाया पडला. म्हनाला, बाबारे, चूक कोनाचीबी आसंल, मी माज्या माथी घ्येतो, तू सांगशील ती शिक्षा भोगंन मुकाट.''

मला नूरभाईची आठवण झाली. हादाभटला तो 'आपल्या समजशक्तीबाहेरचा माणूस' म्हणतो, मला त्याचे म्हणणं पटलं. या सर्व घटनेमागे दिसणारी एकमेकांबद्दलची भावना, दुसऱ्याचा विचार प्रथम करण्याची वृत्ती, किती उच्च कोटीची असेल ते समजणंही साध्यासुध्या माणसांच्या कुवतीबाहेरचं म्हटलं पाहिजे.

मग केशो म्हणाला, ''मला आज्ञा द्या. मला आता चार लोकांच्यात ऱ्हायची इच्छा न्हाय. डोंगर ओलांडून पलीकडे जाईन मी.''

पण हादा म्हनाला, ''मी कशी आज्ञा देनार? तुला बरूबर आनला तुज्या भाभीनं, ती सांगंल तसं कर.''

“मग? बामणिनीनं केशाला थांबवलं नाही?”

“न्हाय. तिनं त्याला जाऊ दिलं. ज्याचं मन संसारात न्हाईच, त्याला जबरदस्ती डांबून ठिवायचं काय म्हनून म्हनाली; ‘जा बाबा तू’ म्हणून उबी ऱ्हायली!”

“केशाची बायको होती ना?”

“हो, रतनबाई. ती त्याच्याबरूबर न्हाई ग्येली, पन केशोभट निगून ग्येला त्यानंतर सहा म्हइन्यात तिनं परलोकचा रस्ता धरला.”

“काही मूलबाळ?”

“केशोभटला कोनी नव्हतंच. हादाच्या मुलीपाठचा एक मुलगा होता. या अवलचा सासरा. पन त्यो तर ह्या अवलचा नवरा जलमला तंवर मरून ग्येलाव्ता. अवलच्या नवऱ्याला हादाभटनं वाढिवला, त्यो व्हता त्या येळी, न् ही अवल लगीन होऊन आलेली, ती व्हती.”

“मग?”

“भाऊ तर असा निगून ग्येला, मुलगा कवांच वारलेला, सून तिच्या म्हायेरी जाऊन ऱ्हाइली व्हती. हादाला समदं मनाला लय लागलं, जास्त दीस सहन न्हाय झालं, आनि दोन-तीन वर्सांत त्योबी ग्येला परलोकाला. मागं ऱ्हाइली उमा गोराणी–हादाची घरवाली, आन् अवल न् तिचा नवरा.”

“हं.” मी म्हटलं.

म्हणजे अवल ही हादाभट्टची नातसून आहे; सरकारी नावावर असलेल्या या एवढ्या मोठ्या इस्टेटीची मालकीण! अवलबद्दलच्या माझ्या कल्पना बदलायला लागल्या होत्या.

“अवलचा नवरा होता तरणाबांड. त्यानं ठरवलं की केशोभटाची जमीन कसायची. म्हणाला जमीनही कसणार आणि हवेली पण माझ्या नावानं करून घेईन. काकाला तर मूलबाळ नाही, मग काय करायचं?”

“खरंच आहे ना, हवेली पण त्याचीच म्हणायची ना!”

“हां, ते तर साऱ्या मुलखाला ठावं हाय. कुटं नोंद न्हवती झालेली, आन् कोनी हितं ऱ्हात न्हवतं. अंग्रेजांच्या टेमपास्नं हवेली सरकारात जमा झाली. पन समद्यांना ठावं हाये की हवेली हादाभटाची हाये.”

“मग पुढं?”

“तेच तर. काही माणसं असतात, जी जीव जाईस्तो खऱ्याला धरून ऱ्हातात. नातू म्हनाला की मी पटव्याचा मळा कसनार, आन् उमा गोराणी म्हनाली की तुज्या आजोबांनी माज्या डोळ्यादेखता पाणी सोडलंय हातावर, की पटव्याच्या मळ्यात त्यांच्या वंशातलं कोणी नांगर न्हाई धरनार; त्यांचं वचन मोडंल, त्याचं माजं नातं संपलं!”

“मग?”

आता पराशरलाही गोष्टीत रस वाटू लागला.

“नातवानं ऐकलं न्हाई, नांगर धरला आन् तिकडे उमा गोराणी गाडीत बसली. पटव्याहून निगाली ती इकडे अवलच्या मळ्यावर येऊन ऱ्हाइली. म्हनायची, “धूळ खाऊन जगंन, पन आजोबाचं वचन ज्यानं मोडलं त्याच्याकडे न्हाई ऱ्हानार.”

“अन् अवल?”

“तीबी तशीच! तिला वाटायचं, माजी बाईची जात, नवऱ्याला काय सांगू मी? पन नवऱ्यानं शब्द मोडला, तरी बायकूनं तो पाळला पाह्यजे, तर नवऱ्याचं पाप कमी होतं, तवां ती पन आली आजेसासूबरूबर. भाकरीच्या तुकड्यावर जगत ऱ्हाइली, पन फिरून पटवा न्हाई ग्येली.”

“पण मग पटव्याचं शेत तर आता अवलचा भाऊ कसतोय, ते कसं?”

“अवलचा नवरा डोंगरावरल्या जत्रेत हरवला. शेत भावाला कसायला दिलंय्, देऊन नाही टाकलेलं. भावाच्या वाटणीचं तो घेतो अन् केशाच्या वाटणीचं मंदिराला दान द्येऊन टाकतात. अशी कसदार जमीन, ती कसली न्हाई तरी बी धरतीमातेचा कोप होतो म्हन्त्यात, तशीच कशी टाकनार ती? अवलचा मुलगा विष्नो मामा-मामीकडं ऱ्हातो शाळा शिकाया.”

गोपानं गोष्ट संपवली न् मग म्हणाला, “खरा धरम पाळत्यात ना, ती मानसं बगा तलवारीच्या धारेवर जगत असत्यात, आपल्यावानी न्हाय त्यांचं आयुख!”

जरा वेळ सारे गप्प होते.

“चला रं बाबानु, आलंच आता पटवा” असे बैलांशी बोलत गोपाकाका गाडी चालवत होते.

जराशाने आम्ही केशाभटच्या मळ्यावर पोचलो. अवलचा भाऊ तर सर्वणकडून बातमी मिळताच समुद्रकाठच्या वाटेनं वराहस्वरूपला जायला निघाला होता. कदाचित् बेटावरच त्याची आणि अवलची भेट झाली असेल, नाहीतर पाठीमागून दुसरा मचवा घेऊन गेला असेल.

“ते तर पोचतीलच काहीही करून.” त्याची बायको म्हणाली. मी घर बघत होतो. अवलच्या घरापेक्षा कितीतरी चांगलं. रेताड जमीन संपून चांगली जमीन सुरू होते अशा ठिकाणची चांगली आणि विहीर असलेली शेती. त्यातल्या अर्ध्या उत्पन्नावर हे कुटुंब इतक्या सुस्थितीत राहातंय. बाकीच्या अर्ध्या उत्पन्नाचा मालक साधूवेषात कुठेतरी हिंडत असेल, कदाचित् या दुनियेत नसेलही, त्याच्या नावानं मंदिरात भुकेल्यांना जेवायला घातलं जातं!

ही सगळीच माणसं कुठल्या वेगळ्याच जीवनपद्धतीचे अंश आहेत. आपण त्यांची गणना मूर्खांमधेच करू. आजपासून दोन वर्षांपूर्वी मी ही कथा ऐकली

असती, तर मलाही तेव्हा हा मूर्खपणाच वाटला असता, पण आज? संपत्तीचा मोह असणं म्हणजे हुषारी अन् नसणं म्हणजे मूर्खपणा असं का समजलं जातं ते मला समजत नाहीये!

पराशर आला, तेव्हाच नेमकं हे सगळं घडलं त्यामुळे मी त्याला कुठे घेऊन जाऊ शकलो नाही. बंगालीच्या मठीवर भजनं ऐकायला जायचंही जमलं नाही. एखाद्या चांदण्या रात्री पराशरनं आणलेल्या होडीतून फिरायला जाता आलं असतं पण होडी राहून गेली मचव्यावर. काहीच करता आलं नाही आणि पराशर परतही गेला.

श्याल बेट माझ्यापुरतं अनेक अनुत्तरित प्रश्नांचं बेट बनून राहिलंय. पहिल्या खेपेला भेंसलाचं रहस्य आणि त्या थापड्यावरच्या खलाशांचं काय झालं ते न समजताच तिथून निघालो. ह्या खेपेला विष्नोची चिंता डोक्यात घेऊनच घाईघाईने तिथून निघावं लागलं.

अवल अजून परत आलेली नाही. मैल न् मैल पसरलेल्या वैराण प्रदेशात मी न् सर्वण दोघंच. मी माझा रिपोर्ट लिहायला सुरुवात केलीय. दुसरंही एक काम सुरू केलंय्, ते म्हणजे हवेली संबंधी मिळतील तितकी सगळी कागदपत्रं गोळा करायसाठी पत्रव्यवहार सुरू केला आहे. विष्नो आता बरा आहे अशी खबर पटवाहून टपाली देऊन गेला आहे. अवल आज उद्या परत येईल.

पाऊस लांबलाय. जून पुरा होत आला, पण आभाळात पावसाचे कुठे नामोनिशाण नाही. आज बंगालीकडे जावंसं वाटतंय. तिथेच बाटी शेकून खाऊ. सर्वण टपाल आणायला गेला न् मी मठीकडे निघालो. वाटलं, आज ज्या पायवाटेनं मी कबीराला घेऊन चाललोय्, तिथून थोड्या वर्षांनी वाहनं धावत असतील. खेराच्या सरपंचाला बस पकडायला सात-आठ मैल चालावं लागणार नाही. ज्या ज्या वस्तूंचा समावेश आधुनिक माणसं सुखसमृद्धी मोजताना करतात, त्यातल्या जवळजवळ साऱ्या वस्तू इथं हजर असतील. नसेल फक्त ही धूळ उडवणारी रेताड जमीन, इथला निर्जन एकान्त, रम्य सागरतट, पऱ्या न् यक्षकिन्नरांना क्रीडा करायला उतरता यावं अशा छुप्या जागा आणि या निळ्या निळ्या आकाशाची नितळ पारदर्शकता– अरे? पण माणसाला जर विकास अन् समृद्धी हवी असेल, तर एवढी किंमत तरी चुकवलीच पाहिजे ना!

आणि या रम्य स्थळाला उध्वस्त करायला पहिला घाव घालणारा मीच तर आहे! बंगालीचे शब्द आठवले, ''जो नया बनेगा, एक दिन वह भी नष्ट होगा!''

तसं तर शेवटी सगळंच नाश पावणारंच असतं. अन् पुन्हा निर्माण होणारंही. कोणी एक हादाभट्ट, कोणी अवल, कोणी बेली, कोणी नूरभाई सगळे परत परत येत राहातील, जात राहातील. हे असंच अनंत काळपर्यंत चालू राहील, चालूच

राहील. कुठल्याही माणसानं कुठलाही एक क्षण दुसऱ्यांदा कधी अनुभवलाय् का?

विचारात मग्न, मठीपर्यंत केव्हा पोचलो कळलंही नाही. तिथे शामजी सरपंच पण बसलेले.

"रामराम सरपंच." मी म्हटलं, अन् बाबाजींना हात जोडले.

"या साहेब." उठून उभे होऊन सामोरे येत सरपंच म्हणाले.

"पराशरभाई आले होते, आणि कळलं पण न्हाई आमाला. परत गेले तवा बसमंदी पाहिले मी."

मला नवल वाटलं. "सरपंच, तुम्ही पराशरला कसं ओळखता?" इथे इतक्या दूर पराशरला नावानं ओळखणारे कोणी असेल अशी मला कल्पनाही नव्हती.

"चार वर्साखाली मजुरी कराया गेलो होत ना, तेव्हा पराशरभायच्या कारखान्याच्या जवळच रस्त्याचं काम चाललं होतं, आणि काम झाल्यावर त्यांच्या दरवाज्याशीच पडून ऱ्हात होतो आमी. पाणी प्याया गेलं तर हा माणूस न्हाई म्हणत नव्हता. समद्यांना येऊ देत होता कारखान्याच्या आवारात पाणी प्यायला. मंग सांगा बरं, अशा माणसाला विसरू का आमी?"

रस्ते करायचं काम करणाऱ्या मजुरांना मी पाहिलं आहे. कंगाल दिसणारी माणसं, काळे, डांबर लागलेले हात, निस्तेज, ओढलेले चेहेरे. रात्री रस्त्याच्याच कडेला पडून राहाणाऱ्या त्या जीवांमध्ये कोणी कुठल्या खेड्याचा सरपंच, थोड्याफार जमिनीचा मालक पण असेल अशी कल्पना तरी कुणाला येईल?

माझं मन हेलावलं. स्वतःच्या नशिबी आलेल्या या दोन भूमिका इतक्या शांतपणे शामजी कशा निभावून नेत होते? कसं वाटत असेल त्यांना मुकादमाच्या शिव्या खात खात रस्त्यावर जेव्हा ते डांबर पसरत असतील तेव्हा? एकाच आयुष्यात जवळजवळ दरवर्षी दोन अगदी भिन्न परिस्थितींमध्ये ते किती सहजतेनं, स्वाभाविकपणे जगू शाकतायत?

ही शक्ती येते कुठून त्यांच्या मनाला? विचार केला तर माझ्या मनानं उत्तर दिलं– निसर्गाकडून. मी असं बघितलंय, की जी माणसं निसर्गाच्या निकट असतात, त्यांना निसर्ग स्वतःचे गुणदान करतो– स्वाभाविक सहजसुंदर वागणं, दंभरहित वागणं, निर्भयता आणि जे जसं असेल तसं ते स्वीकारण्याचं धैर्य.

बंगाली बाबाकडे आम्ही बराच वेळ बसलो. त्यांनी गाणी म्हटली, सरपंचांनी पण भजनं म्हटली. पाऊस लांबला तर कसं होणार याची चिंता करत होतो तेव्हा बाबाजी म्हणाले,

"नही, बरसात जरूर आवेगी और जोरोंसे आवेगी." रात्र पडायला आली तेव्हा आम्ही उठलो. बाबाजी थेट खालपर्यंत उतरून आम्हाला निरोप द्यायला आले. मग म्हणाले, "देख मुखी, (सरपंच) एक बात मान.

तेरे गांवमे जो बच्चे हैं इनको थोडे दिन हवेली भेज दे. और मवेशियोंको (गुरांना) बांधना नही, ऐसेही खुला छोडके रखना.''

"का?'' मला बाबाजींनी या असल्या व्यवस्थेत पडावे याचे फारच आश्चर्य वाटले.

"कां रे? मुलं तुझ्या हवेलीत राहिली थोडे दिवस, तर तुला काही त्रास आहे त्याच्यात?''

"छे तसं नाही, पण गाई-बैलांना का सुटं ठेवायचं?''

"हे बघ, ऐक, तुला घाबरवायला म्हणून नाही सांगत आहे, पण हे आपले अनंत महाराज आहेत ना– हा दरिया रे, हे दोन-तीन दिवसांपासून धड बोलत नाहीयेत्, बिनसलेलं दिसतंय् काहीतरी. असं वाटतंय् की रागावून काही तुफान मस्ती करतील.''

बाबाजींचं म्हणणं मला काही समजलंही नाही, पटलंही नाही. चक्रम माणूस, काहीतरी बडबडतो ते त्याच्या गायींना समजतं म्हणे, असेलही. पण 'हे अनंतमहाराज' वगैरे! छट्! मी काही मनावर घेतलं नाही. अर्थात् खेरामधे जी काय दहा-वीस मुलं असतील ती राहीनातका थोडे दिवस हवेलीत, माझं काय जातंय? "ठीक है, मुझे कोई आपत्ती नही.'' मी पण हिंदीत उत्तर दिलं आणि घोड्याला टाच मारली.

अंधार या शब्दाचा अर्थ इथे कमी उजेड एवढाच होतो. कृष्णपक्षातल्या रात्रीसुद्धा दूरपर्यंत अंधुक अंधुक दिसू शकण्याएवढा प्रकाश तर असतोच. या प्रदेशात कायम राहाणारी माणसं तर दुरून येणाऱ्या माणसाला चांदण्यांच्या उजेडात ओळखूही शकतात, इतका उजेड अंधाऱ्या रात्री चमचमणाऱ्या चांदण्यांचा पडतो.

उत्तर दिशेचा रक्षक ध्रुवतारा, डाव्या क्षितिजाशी झुकलेली शर्मिष्ठा, पश्चिमेला मावळायला चाललेले हंसमंडळ, ईशान्येला वर येणारे सप्तर्षी, हे सर्व स्वच्छ पारदर्शक आकाशात काही आगळ्याच तेजाने चमकतात. स्वाती आणि चित्रा नक्षत्रांच्या पलीकडे, दक्षिणेला वृश्चिकाच्या शेपटाशी, धनूची तेजस्वी आकाशगंगा आणि मध्यावर शौरीतारक गुच्छ ही सगळी मिळून दाट अंधकारालासुद्धा फिकट बनवतात.

निर्जन समुद्रतटाचं अमावस्येच्या रात्रीचं सौंदर्य कोणालाही मोहून टाकेल असं असतं. धरती आणि समुद्र यांच्या सीमारेषा दाखवणारी शुभ्र फेसाळ पाण्याची रेखा, एकावर एक येऊन पडणाऱ्या लाटांचे तालासुरातले संगीत, कोल्ह्यांची कोल्हेकुई, रात्रीत मध्येच केव्हातरी ऐकू येणारा घुबडाचा घूत्कार, ह्या सगळ्यांनी जरा भीतीची लहर जाते मधून मधून, पण घाबरून निघून जाण्याइतकी नाही. हा थोडासा भयावह निर्जन एकान्त ज्याने एकदा अनुभवला, तो अनुभव तो जन्मभर विसरणं शक्य नाही.

कबीर मुकाट्याने सरळ सरळ चालला होता. लांबवर हवेलीतला कंदील दिसला. कदाचित् सर्वण परत आला असेल; अवलही आली असेल कदाचित्. हवेलीची मालकीण या दृष्टीने आज प्रथमच मी अवलला पाहाणार होतो! समुद्राच्या कडेचा

रस्ता सोडून मी कबीराला वरच्या रस्त्याला घेतला. बाभळीच्या रांगांपाठीमागून समुद्राच्या गर्जना ऐकू येत होत्या. तेवढ्यात बाभळींमध्ये हालचाल जाणवली. हे काय?

"कोण आहे रे?" मी टॉर्च लावला. उजेड पडल्याबरोबर कबीराही थांबला. बघतो तर सात-आठ लहान मुलं बाभळीची ओली सुकी लाकडं भारे बांधून उचलण्याच्या तयारीत! "चोरांनो, या वयापासून चोऱ्या करायला शिकताय्, तर मोठेपणी काय कराल?" मी टॉर्च लावल्याबरोबर भारे तिथेच टाकून सगळे पळाले. मी त्यांना थांबवायला पुढे जाणार तेवढ्यात शब्द आले; "पोरांनो, पळून जाऊ नका. हे साहेब जंगलखातंवाले नाहीत!" अवलचा आवाज ओळखल्याबरोबर मला जे दुःख झाले, ते सांगायला शब्द नाहीत. वाटलं, तिकडचे मठीवरच रात्र काढली असती तर बरं झालं असतं. जरा सावरतोय् तेवढ्यात बाभळींच्या अंधाऱ्या वनातून अवलला बाहेर निघताना पाहिली. मी टॉर्च बंद केला. "घ्या, उचला मोळ्या न् निघा." माझ्या उपस्थितीची थोडीही पर्वा न करता तिनं त्या मुलांना परत बोलावलं. स्वत: एका झाडापाशी हातातल्या काठीच्या आधाराने उभी राहिली. मुलं हळूहळू परत येऊ लागली.

अवल अपरात्री उठून लाकडं चोरणाऱ्या मुलांना संरक्षण देते आणि माझ्याच हातून पकडली गेली तरी निर्लज्जासारखी रस्त्याच्या मधोमध उभी राहते? हे उघड सत्य होतं, पण माझं मन ते सत्य मानायला तयार नव्हतं. आणि अवल? ती उभी होती, शांत, निर्विकार, रात्रीसारखी स्थिर, निष्ठुरपणानं माझ्याकडे पाठ फिरवून, माझ्या मनावर कोरलेलं तिचं सुंदर, सुरेख, सुकोमल चित्र छिन्नभिन्न करत! अपार दुःख झाले मला, पण तिला त्याची मुळीच पर्वा नव्हती. एक तर तिला चांगलं ठाऊक होतं, की या जंगलावर माझा मुळीच अधिकार नाही, ज्यांचा आहे ते आता इथे येणार नाहीत आणि ज्याचा अधिकार नाही, त्याला काही म्हणावंसं वाटलं, तरी तो काहीही म्हणणार नाही!

हां, खरं आहे, मी काहीच म्हणणार नाही, पण बाई ग, तुला स्वतःला थोडीही लाज कशी नाही वाटत? स्वतःच्या भांडारातून दान करणाऱ्या राणीच्या ऐटीत तू त्या पोरांना मोळ्या घेऊन जायला सांगू तरी कशी शकतेस? मुलं परत आली, पटापटा मोळ्या उचलून त्या पावली पळाली. ती दिसेनाशी होईपर्यंत अवल न् मी दगडासारखे उभे होतो. मग अवल चालू लागली, आणि कबीराही. कबीरा जवळ आला, तशी अवलनं बाजूला सरकून वाट करून दिली. अवल भेटली, की तिच्याशी कितीतरी गोष्टी बोलायचं ठरवलं होतं मी. पण आता तिच्याजवळून जात असताना तिच्याशी बोलण्याचं धैर्य मला झालं नाही. विष्णोबद्दल विचारायचं पण सुचलं नाही. मौन, हतप्रभ अवस्थेत मी तिथून पुढे आलो.

"मुलांना अडवत जाऊ नका." अवलचा खंबीर आवाज आला. "पोटच्या

पोरांना, रात्रीचं, पाच कोस दूर लाकडं आणायला पाठवणाऱ्या आईच्या मनाला किती क्लेश होत असतील याचा विचार केलात, तर मी काय म्हणतेय ते समजेल!'' अवल शांतपणे बोलत होती.

''संपूर्ण आसपासच्या पाच-दहा कोसात या बाभळींशिवाय कोणतंही जळण नाही. ही पोरं एवढी लाकडं घरी नेतील तेव्हा त्यांच्या आया भाकरी टाकतील. त्यांना थांबवायचं पाप करू नका.''

अवलच्या शब्दांनी माझे हृदय जणू दुभंगलं. अहो वसिष्ठ, अरुंधती, जय-विजय, श्रवण, अहो तमाम आकाशस्थ ऋषीमुनींनो, ऐकलंत तुम्ही हे, ऐकलंत? हजारो वर्षांपूर्वी तुम्ही ठरवलेल्या पापपुण्यांच्या व्याख्यांपलीकडे, तुम्ही ठरवलेल्या नीतिनियमांना ओलांडून, स्वतःच्या मनाला जे बरोबर वाटतं ते करणारी ही दुबळी स्त्री. स्वतःच्या या दोन-चार वाक्यांनी तिनं तुमच्या सत्कर्म दुष्कर्माच्या कल्पनांना समूळ उखडून टाकलं आहे. एवढंसं हे जे ती बोलली, तेवढ्यानं माझ्या तथाकथित संस्कृतीच्या उपरण्याला टराटरा फाडून त्या चिंध्या या महासागरावरून वाहात येणाऱ्या वाऱ्यावर तिनं सोडून दिल्यात.

नूरभाई सांगायचा, त्यानं इथल्या पूर्वीच्या जंगलाचे अवशेष बघितले आहेत. आज इथं या बाभळींशिवाय एकाही वृक्षाचं नामोनिशाण नाही. आधुनिक संस्कृती आणि भौतिक विकासाच्या नावाखाली माझ्याच समाजाने. . .

हे सर्पधर, विशाखा, हे तारामंडळांनो, तुम्ही साक्षी रहा. मुलांच्या हातांना बोचलेले काटे, थकल्या पावलांना पडलेल्या भेगा, त्यांच्या काळजीने अपरात्री वाट बघत बसलेल्या आयांची मनोव्यथा आणि चोरी करताना पकडलं जाण्यामुळं मुलांमध्ये येत चाललेलं निर्ढावलेपण, या सगळ्यांमधून जे पाप घडत असेल, ते पाप, तुमच्या साक्षीनं, समग्र मानवसमाजाच्या वतीने मी माझ्या माथी घेतो!

अवलला उत्तर द्यायची जरूर नव्हतीच. मी कबीराला परत समुद्राकडे वळवला, म्हणजे मी पाठीमागे येत आहे असे वाटून त्या मुलांना पळावं लागू नये, म्हणून. 'स्वधर्मपालन करत जगणं म्हणजे तलवारीच्या धारेवर जगणं आहे.' गोपाकाका म्हणाले होते. तलवारीची धार सहन करण्याची शक्ती माझ्यात अजून आलेली नाही!

अवलला जेव्हा बाबाजी 'अनंतमहाराज रागावलेले वाटतायत, थैमान घालतीलसं दिसतंय्.' वगैरे बोलल्याचं कळलं, तेव्हा ताबडतोब तिनं सर्वणला खेराला पाठवून दिलं, म्हणाली, ''मुलांना घेऊनच ये, सरपंचांनी पाठवायची वाट बघायचीच नाही.''

समुद्र तर रोजच्यासरखाच धीर गंभीर, शांत हिंदळतो आहे. पण अवलची धावपळ सुरू झाली होती. ती माझ्या क्वार्टरवर आली, इतक्या वर्षांत प्रथमच तिने माझ्या टेबलाला हात लावला. एक कोरा कागद शोधला, पेन्सिल घेतली, आणि काहीतरी लिहू लागली. जराशाने कागद माझ्या हाती देत म्हणाली, ''उद्याच्या उद्या

या एवढ्या वस्तू आणून द्या.''

यादी वाचून मला हसूच आलं. चुरमुरे, शेव, लाह्या, फुटाणे, गूळ, केरोसीन, शेंगदाणे. मग या साऱ्या वस्तूंची जी वजनं लिहिली होती, ती वाचून मात्र माझे डोळे विस्फारले. प्रत्येक वस्तू पाच पाच शेर! (किलो)

''ठीक.'' मी म्हटलं, ''अवलनं मागवली आणि आणली नाही अशी वस्तूच नाही, पण तुला खरंच का वाटतंय की दहा-पंधरा मुलं चार-पाच दिवसात एवढा नाश्ता खाऊन टाकतील? का जेवणाच्या ऐवजी हेच खायचंय?''

''ते तर ठाकर महाराजांच्या (ठाकर-ठाकूर-कृष्ण) मर्जीवर अवलंबून!''

''बाबाजी काय हवामानशास्त्रज्ञ आहेत, का ज्योतिषी?'' मी थट्टेनं विचारलं.

''तुम्ही नसला आणणार हे सामान, तर मला तुमचं कपाट उघडावं लागेल.''

या खुल्लमखुल्ला धमकीचं मला चांगलंच हसू आलं.

''ठीक, ठीक, हसा आता तुम्ही. पण या साऱ्या वस्तू यायलाच हव्यात आणि त्याही तुमच्या पैशांनी. मुलांना सांभाळायची जबाबदारी बाबाजींनी तुझ्यावर सोपवलीय्, माझ्यावर नाही!''

दुसऱ्याच दिवशी खेरामधली सगळी लहान मुलं हजर झाली, पण अवल सबंध दिवस दिसलीच नाही. माझं सगळं खाणं-पिणं सर्वणने बघितलं. पटवाहून येणारा माणूस अवलनं सांगितलेल्या वस्तू आणायला मोठ्या बंदराला गेला.

''अवल आहे तरी कुठं?'' मी सर्वणला विचारलं.

''ठाऊक नाही, रात्री येईन असं सांगून गेल्याती.''

अवलला कुठं जातीय्स, का जातीय्स विचारायची कोणाचीच टाप नाही, चौकीदाराची तर काय बात? रात्रीच्या ऐवजी ती संध्याकाळीच आली. आल्या आल्या तिनं सर्वणला हवेलीकडे पाठवला. मग माझ्याकडे येऊन म्हणाली, ''माझ्याबरोबर येता?''

''कुठं?''

''मी धेऊन जाईन तिथं!'' तिनं उडवाउडवीचं उत्तर दिलं. मी उठून उभा झालो, आम्ही दोघंही हवेलीकडे निघालो. रस्त्याने चालता चालता स्वतःशीच बोलत असेल तसं अवल म्हणाली,

''पदर पसरला बाबाजीपुढे, पण नाहीच ऐकलं. बोलले आणि असं वर, की अब छत के नीचे क्या रहना?''

''बाबाजींना आणायला गेली होतीस?''

''तिकडे गेले होते, आणि–'' अवल बोलता बोलता थांबली. कदाचित् ती आणखी दोन-तीन कामे काढून गेली असेल. ''पण बाबाजी आले नाहीत, येडाच आहे अर्धा!''

"ते काय तुला इतक्या दिवसांनी आज कळलं?" मी थट्टेने म्हटलं, मग वाटलं मी थट्टा अवलची केली, का बाबाजींची. पण अवलनं ऐकलं न ऐकलंसं केलं. सर्वणनं उघडलेल्या खोलीत आम्ही शिरलो.

अवलनं जाऊन त्या भल्या मोठ्या खोलीच्या मोठाल्या खिडक्या तपासल्या. मग आम्हाला एका कोपऱ्यातलं एक तळघराचं झाकण दाखवून ती म्हणाली, "हे उघडा."

मी न् सर्वणनं बराच जोर करून ते भुईसपाट असलेलं झाकणासारखं दार उघडलं. गंजलेल्या बिजागऱ्यांचा कर्रऽऽर्रऽ आवाज झाला आणि मग आत उतरायचा दगडी जिना दिसला.

"बस जा, आता तुम्ही."

"सर्वण, मुलांना पाठव. म्हणावं झाडू घेऊन या, आणि तूही परत ये." अवलने वेगवेगळ्या सूचना दिल्या. मी माझ्या क्वार्टरवर परत आलो.

मुलांचे टोळकं, सर्वण आणि अवल, साऱ्यांनी मिळून तळघर साफ केलं. पटव्याचा माणूस घेऊन आलेलं सारं सामान आत तळघरात ठेवलं. बाबाजीनं सांगितलेल्याला आज तीन दिवस झाले होते. चौथ्या दिवशी मुलं अंगणात शिवाशिवी खेळत होती. ती मजा बघत मी बसलो होतो. समुद्र शांत मधुर स्वरात हिंदोळत खेळत होता. बंगाली बाबानं भाकीत केलेलं तुफान होणारच नाही मुळी. बंगालच्या आखातात होतात तशी चक्री वादळं अरबी समुद्रात झालेली मी तरी फारच क्वचित ऐकलीत. मला वाटायला लागलं की आता मुलांना घरी परत पाठवायचं अवलला सुचवावं. संध्याकाळी तिच्याशी याबद्दल बोलायचं ठरवून मी माझ्या कामाला लागलो. दुपारी मुलांचा दंगा बंद झाला होता, कदाचित् बंगल्याच्या मागच्या पडवीत झोपली असतील किंवा बसल्या बसल्या काहीतरी बैठे खेळ खेळत असतील. थोड्या वेळापूर्वी अवलला हवेलीकडे जाताना मी पाहिलं होतं. सर्वण बाहेर बसलाय.

मग एकदम माझ्या लक्षात आलं, की आज खूपच गदगदतं आहे. वाराही पडलाय्. उठून मी समुद्राच्या बाजूची खिडकी उघडली आणि हबकलोच. जिथून रोज मी सुंदर निळ्या पांढऱ्या लाटा घेऊन नाचणारा समुद्र बघत आलो, तिथून दिसणारा समुद्र आज बघवत नव्हता. त्याच्या किनाऱ्यावरच्या खडकांसारखा स्थिर, निश्चेतन दिसत होता तो प्रचंड जलसंग्रह. मुळीच काहीही हालचालच कुठेही दिसत नव्हती. एकही छोटीशी लहरसुद्धा नाही. मासे, पक्षी, सारे अदृष्य. विचित्र भीतीची लहर सर्वांगातून गेली. मी खिडकी बंद केली. बाहेर येऊन कचेरीचा दरवाजाही बंद केला. सर्वणनं जाऊन माझ्या क्वार्टरचा दरवाजाही बंद केला.

अवल न् मुलं पडवीत उभी राहून बघत होती. मी आणि सर्वण घाईघाईनं

तिकडे गेलो. पायऱ्या उतरता उतरता मला क्षितिजाचा रंग काही वेगळाच दिसला. पुन्हा नीट बघितलं तेव्हा लक्षात आलं की तो आकाशाचा रंग नव्हताच. पाण्याची एक उंच भिंत पुढे पुढे सरकत होती!

एकदम वाऱ्याची एक लहर आली. आम्ही हवेलीच्या पायऱ्या चढतो न चढतो तो पाठीमागे दिसणारा समुद्र जणू पोटातून उचलला जात असल्याचा भास झाला; पाण्याची एक विशालकाय भिंत उभी झाली आणि खूप प्रचंड वेगाने हवेलीच्या मागच्या खडकांवर येऊन आपटली. त्या पाण्याने खडकांच्या पोकळीमधली हवा बाहेर निघण्याच मार्ग बंद झाला आणि भयानक दाबामुळे असणार, जमिनीच्या खालच्या पोकळीतून ती हवा आमच्या चौकातल्या विहिरीतून गडगडाट करत बाहेर निघाली! एखाद्या क्षणातच हे सारं झालं. आम्ही धावत धावत खोलीत जातो, तेवढ्यात प्रचंड वाऱ्यानं हवेलीचं छप्पर उडवून खाली फेकलं! रेतीचं लोटच्या लोट वाऱ्यानं उंच उंच उडत होते. खोली बंद करून आम्ही भुयाराकडे गेलो.

"काय होतंय हे?" घाबरलेल्या एका मुलानं विचारलं.

"काही नाही रे, जरा जोराचा वारा सुटलाय् ना." अवलनं त्याला समजावलं.

थोड्या क्षणातच अंधेर पडला. या असीम ब्रह्मांडाच्या एका एवढ्याशा भागातल्या मंदाकिनीच्या एका छोट्याशा कोपऱ्यात फिरणाऱ्या सूर्यमालेतल्या ठिपक्याएवढ्या या ग्रहाच्या एका चिमुकल्या कोपऱ्यात हे केवढं भयानक वादळ उठलंय! असं वाटतंय की सगळं ब्रह्मांड खालीवर होतंय्! कुठून उद्भवते ही एवढी शक्ती अचानक आणि मग कशात सामावून जाते?

तळघर म्हणजे एक मोठी खोली आहे. एका बाजूच्या भिंतीच्या कडेनं बांधलेल्या लांबलचक प्लॅटफॉर्मवर लिंपलेली चूल, त्याचा धूर जायला भिंतीतून बाहेर काढलेलं धुराडं, एक नळ, बेसिनसारखी एक कुंडी. समोरच्या भिंतीतली दोन दारं उघडून पाहिलं तर फरसबंद बाथरूम, संडास. सर्व सोयी असलेली ही जागा जमिनीखाली पंधरा फूट खोलात आहे. अवलनं तिची चुरमुरे फुटाण्याची गाठोडी प्लॅटफॉर्मवर ओळीनं लावलीयत. कंदिलाच्या उजेडात भिंतीवर मोठ्या सावल्या पाडायचा खेळ मुलांनी सुरू केला.

"अवल, पाणी इथं आलं तर?" तो छोटा मुलगा अजून घाबरलेलाच होता.

"नाही येणार बरं!" अवलनं त्याला जवळ घेतलं आणि ती मुलांच्या घोळक्यात मधे बसत म्हणाली, "तू कशाला भितोयस? मी आहे ना तुझ्याजवळ!"

जिन्याच्या पायऱ्यांवर बसून मी अवलकडे बघत होतो. सावल्यांचा खेळ खेळता खेळता मोठ्या मुलांनाही हळूहळू भीती वाटायला लागली. खेळ सोडून ती सगळी अवलच्या अवतीभोवती गोळा झाली. वयाने जरा मोठी असलेली एक मुलगी म्हणाली,

“माझी आई म्हणत होती की समुद्रावर खूप वादळ झालं अन् तो त्याची जागा सोडून पुढं आला, तर सऽऽगळंऽऽ वाहून जाईल.”

“ते तर तुझी आई उगीच तुला घाबरवायला सांगते ग,” हसत हसत अवल म्हणाली. “असं कशाला करेल समुद्र सांग? आपण त्याचं काय घोडं मारलंय, अं?”

“ती कवली आहे ना, ती समुद्रात दगड फेकत होती.” एक छोटा मुलगा अवलला सांगू लागला.

“मी म्हणत होतो नको दगड मारू, तरी मोठे मोठे दगड मारत होती.”

“काऽही बिगडत न्हाई.” मी पण अवलसारखे त्या मुलांना त्यांच्या भाषेत समजावायचा प्रयत्न केला. “समुद्राला दगड लागत नाहीत; आपण वल्हं मारतो, ते काही लागतं का त्याला?”

अवल माझ्याकडे बघून हळूच हसली, मग मुलांना म्हणाली, “चला पाहू, आपण पांचीका (एक बैठा खेळ) खेळूया!” किती गोष्टींचा विचार केला होता तिनं!

बंद दारांच्या आरपारही अखंड पडणारा पाऊस, जोराचा वारा आणि भयानक मेघगर्जनांचा आवाज ऐकू येत आहे. बाहेर रात्रीसारखा किर्रऽऽ अंधार पडला आहे, त्यामुळे खरी रात्र केव्हा झाली कळलंच नाही. भूक लागली तेव्हा अवलनं सगळ्यांना गूळ दाणे आणि शेवचुरमुरे दिले.

मुलांनी पोटभर खाल्लं. अन् मग एकेकजण झोपी जायला लागली. मी हात धुवायला बाथरूमकडे गेलो, आत जाऊन टॉर्च लावला आणि किंचाळणारच होतो, पण तसाच भराभरा बाहेर आलो. समोरच्या भिंतीवर मोठ्ठा हिरव्या रंगाचा विंचू बसलेला. दार उघडंच टाकून मी परत पायऱ्यांशी गेलो, माझा बूट हातात घेऊन हलक्या पावलांनी परत बाथरूमकडे गेलो.

“असं नका करू!” जागची अर्धवट उठत अवल म्हणाली.

मी त्या विंचवाची दयामाया न करता त्याला मारणार होतो, हे उघड होतं.

“पण आत. . .” मी हाताचा आकडा करून दाखवत तिला सांगितलं आत विंचू असल्याचं.

“ते जे काय असेल ते असूं दे. आताच्या घटकेला आपल्या आसऱ्याला आलेला आहे. त्याच्या घरातही पाणी भरलं असेल.”

“कुणाच्या घरात?” झोपता झोपता एका मुलीनं विचारलं.

“एका किड्याच्या घरात. तू झोप आता.”

सर्वण कोपऱ्यात बसला होता, तो म्हणाला, “तुम्ही चिंता सोडा साहेब. भाईर समुरासमूर येतो ते येगळं, आन् अशा येळी, हे येगळं. त्या जिवालाही कळतंया, की आता समद्यांची दशा सारकीच हाये!”

जंगलात राहणारे गावंढळ लोक, गवतात, मातीत खेळणारी त्यांची मुलंबाळं,

घनदाट अरण्यात राहाणारे वनवासी आणि या विशाल धरेच्या पाठी एकांताचा एखादा कोपरा शोधून तिथं ध्यानमग्न राहाणारे साधू-बैरागी, हे अशा कितीक विषारी जीवजंतूंबरोबर एकत्र जगतात. आणि तरी या जीवजंतूंमुळे त्यांचे जीव जोखमीत आले असतील अशी उदाहरणं किती क्वचित् सापडतात!

धरतीवर जन्माला घालण्यापूर्वी त्या विधात्यानं जणू सांगून पाठवलेलं असतं की, की जा माझ्या बाळांनो, तुमच्या जिवंत संचाराने पृथ्वी सजीवन करा. मुक्त, आनंदी आणि निर्भय बनून मन मानेल तिथे हिंडा, फिरा. दुसऱ्याच्या कामात नसती लुडबुड करीत लक्ष घालत नाही तुम्ही तोपर्यंत तुम्हाला या पृथ्वीवर जगण्याची मजा येईल!

माझं घड्याळ घरातच राहिलंय. किती तास झोपलो ते ठाऊक नाही, पण अंदाजच काढायचा, तर सतरा अठरा तास हे वादळ चालू आहे, अखंड वाऱ्याचा जोर जरा कमी झालाय् असं वाटतंय् पण पाऊस एकधारी पडतोच आहे. मुलं आता या कोंडवाड्याला कंटाळलीत. "घरी जायचंय."ची भुणभुण वारंवार सुरू झालीय् अन् अवल त्यांना सांगतेय,

"पाऊस थांबला, की लगेच घरी पाठवू या हं!"

कुठे पाठवणार आहोत आम्ही त्यांना? खेरा गाव तर बिलकुल सपाट किनाऱ्यावर आहे. एकाएकी अकल्पितपणे समुद्राचे पाणी मैल न् मैल आत जमिनीवर पसरलं असेल, या विनाशातून कोण वाचले अन् कोण नाही, काय ठाऊक?

मुलं येता जाता खायलाही मागत आहेत, आणि अवलचं अक्षयपात्र केव्हा रिकामं होईल, सांगता येत नाही. आणखी एक तास गेला असावा. वाऱ्याचा जोर एकदमच कमी झाला; विजा कडकडणं बंद झालं, पाऊस मात्र चालूच.

"सर्वण, वर जा, आणि आत शिंतोडे येत नसले तर दरवाजा उघडून टाक." मी सांगितलं.

वरचा दरवाजा उघडून सर्वणनं सगळ्यांना हाक मारली. खोलीच्या दरवाजाबाहेर सगळी जमीन पाण्याखाली गेलेली. दारापर्यंत पाणीच पाणी! गार वाऱ्याच्या झोत एकदम आला न् सगळ्यांना हुडहुडी भरली.

तो सबंध दिवस आम्ही दाराबाहेरचा देखावा बघत काढला. सारे काही बोलून संपल्यासारखं मौन. मुलंसुद्धा गप्प. रात्र पडली तशी दरवाजा बंद करून सगळी बसलो; वर खोलीत तळघरापेक्षा बरं वाटत होतं.

अवल माझ्याजवळ येऊन हळूच म्हणाली, "आता आपल्यासाठी खायला नाहीये, जे काही आहे, ते मुलांसाठी ठेवलं पाहिजे."

'नाहीये' म्हणावं लागतंय् ह्याचं दुःख तिच्या चेहेऱ्यावर दिसत होतं. माझ्या उत्तराची वाट बघत ती माझ्याकडे पाहत होती. मी चट्दिशी उत्तर दिलं नाही, मग

अगदी थेट मनातून एकच शब्द उमटला,

"ठीक!"

अवलचं तोंड उजळलं. तीही तितक्याच सहज म्हणाली, "बस तर!"

काहीही काम न केल्यानं जसा थकवा येतो तसा अतिश्रमांनीही येत नाही. कितीएक तास एका खोलीत काहीच न करता बसून राहिलेले आम्ही सगळे परत केव्हा झोपून गेलो, कळलंच नाही. सकाळी दरवाजा उघडला. चारी बाजूला दिसणाऱ्या पाण्यावर ऊन चमचमत होतं. सूर्यप्रकाशाचा इतका सोनेरी रंग मी आधी केव्हा पाहिलाच नव्हता. आजची सकाळ आशेचे किरण घेऊन आली होती. मुलं खुशालली, झोपलेल्या मुलांना उठवू लागली.

"एऽऽ बघ, थेऽट दारापोत्तर पानी आन् ऊन बी पडलंय!" म्हणत मुले पडवीत गेली. पडवी कचऱ्याने पूर्ण भरलीय. लाकडाचा अडसर तुटून अंगणात पडलाय. कुठे कुठे काचांचे तुकडेही दिसत आहेत. कशाचीच आता पंचाईत न करता आम्ही ऊन खात उभे आहोत.

"एऽऽ बघ तर, या इथपर्यंऽऽन्त दरियाच झालाय!"

मुलांचा किलबिलाट सुखवत होता. रात्रीच्या सक्तीच्या उपासाचाही विसर पडला. आम्ही जिना चढून वर गच्चीवर गेलो. छप्परच नसलेली हवेली कशीशीच दिसत होती, चारी बाजूंनी पाण्यानं वेढलेल्या मोडक्या गलबतासारखी. कडेची आवाराची भिंत ठिकठिकाणी तुटली होती. अवलचा मळा, झोपडी, पाण्यात गळाडूब बुडालेल्या दोन नारळी, लहान वृक्षांचे नुसते शेंडे आणि समुद्रकाठच्या बाभळींच्या फक्त वरच्या फांद्या, एवढं बाहेर दिसत होतं.

दिवस काही बाही खेळ खेळण्यात गेला. थोडं फार खायचं उरलं होतं ते संध्याकाळी मुलांना वाटून टाकलं. उद्या खाण्याचं काय करावं ह्याची चिंता करत मी गच्चीच्या काठड्यावर बसलो होतो. अवल न् सर्वण मुलांना घेऊन खाली गेली होती.

भुकेनं येणारा माथेफिरूपणा मी पाहिला आहे. माझ्या आधीच्या नोकरी दरम्यान गजबजलेल्या शहराच्या मधोमध, उंच इमारतीच्या पाण्याच्या टाकीत लपून मी दोन दिवस उपास काढला आहे.

त्या दिवशी संध्याकाळी सर्वजण घरी गेल्यावर मी, जेकब कारकून आणि नारायण पट्टेवाला ऑफिसात होतो. खाली अचानक आरडाओरडा आणि तोडफोड केव्हा सुरू झाली, ते कळलंच नाही. एकदम दंगेखोरांचं टोळकं वर येताना ऐकू आलं. आम्ही कचेरीला कुलूप लावून वर गच्चीवर पळालो न् पाण्याच्या टाकीत गळ्याइतक्या पाण्यात उभे राहिलो. नंतर खाली कर्फ्यू लागला. भय, भूक आणि सामसुम शहर. दुरून ऐकू येणारे आगी लागण्याचे उजेड, गोळीबाराचे आवाज. जेकब वेडापिसा होऊन गडाबडा लोळायला लागला होता. अंगातले कपडे त्यानं

फाडून काढले, केस धरून ओढायला लागला, आणि कठड्यावरून उडी मारायला बघू लागला. नारायणनं आणि मी महामुश्किलीनं त्याला सांभाळला. या अनुभवाच्यावेळी मीही खूप अस्वस्थ झालो होतो.

इथं आता आम्ही तीन-चार दिवस झाले अडकून पडलोय, मृत्यू समीप येण्याचा अनुभव घेतलाय. अजून किती दिवस जेवायखायला मिळणार नाही ते ठाऊक नाही. आणि तरीही या निर्जन जागीही मला अस्वस्थ वाटत नाही; उद्वेग नाही. कशावर तरी श्रद्धा वाटतेय मनातून. कशावर? ते माहीत नाही!

स्वच्छ झालेल्या आकाशात चंद्र उगवला होता. सगळीकडे चांदणं पसरलं होतं. जे चांदणं मला एरवी इतकं रम्य वाटायचं ते आज भीतीदायक वाटत होतं. छप्पर नसलेली हवेली, सगळीकडे झालेली मोडतोड, पाण्याच्या बाहेर दिसणारे वृक्षांचे उदास शेंडे. सगळं मिळून सारं वातावरणच उदास झालंय.

अवलच्या पावलांचा आवाज आला. ती कठड्यावर हात टेकून उभी राहिली. "इथंच बसून राहाणार आहात?" समुद्राकडे बघत तिनं विचारलं.

"आलो." म्हटले अन् मग माझ्या इच्छेविरुद्ध तोंडातून निघून गेले,

"उद्या कसं होईल?"

तिनं अपार श्रद्धाळू डोळ्यांनी माझ्याकडे पाहिलं, मंदसं हसली आणि एवढंच म्हणाली, "भरंवसा ठेवू या ना!"

माझं औदासिन्य पळालं. समुद्र, वाळवंटात पसरलेलं पाणी, मोडून पडलेली हवेली आणि सगळ्यावर पसरलेलं चांदणं, हे सगळं मला पूर्वीसारखंच रम्य वाटायला लागलं. साऱ्या चिंता जशाच्या तशाच असूनही मनाला स्वस्थता वाटायला लागली. मी काहीच उत्तर दिलं नाही, फक्त हसलो आणि अवलबरोबर खाली गेलो.

रिकाम्या पोटी झोप लागली नाही. जवळजवळ सारी रात्र जागेपणीच सरली. मुलं गाढ झोपलीयत. सर्वण आणि अवल झोपलेत का जागे आहेत ते कळायला मार्ग नाही. पहाटे पहाटे माझा डोळा लागला.

एकदम मोठा घरघराट ऐकू येऊन मला जाग आली. कशाचा आवाज येतोय ते लक्षात येईपर्यंत अवल अन् सर्वणही उठून बसले. हा आवाज हेलिकॉप्टरचा आहे असं लक्षात आल्याबरोबर मी गच्चीकडे धावलो. माझ्या मागोमाग सर्वण आणि मुलंही आली, पाठोपाठ हळूहळू अवल पण. वर जाऊन पाहातो तो हवेलीवरून पुढे निघून गेलेलं हेलिकॉप्टर दिसलं. थोडं दूर जाऊन पुन्हा परत आलं. दोन-तीन मुलं घाबरली. बाकीची होऽऽहोऽऽ करत उड्या मारायला लागली. आम्ही हातवारे करू लागलो. हेलिकॉप्टर बरोबर हवेलीच्या वर आलं अन् त्यातून प्लास्टिकच्या पिशव्या टाकल्या गेल्या. हेलिकॉप्टरच्या पंख्याच्या वाऱ्यानं त्या इकडे तिकडे फेकल्या गेल्या. काही गच्चीवर पडल्या, काही चौकात, काही

पाण्यात. ते लोक आले तसे परत गेले. मी न् सर्वणनं खाली जाऊन पिशव्या गोळा करून आणल्या. अवलनं सगळ्यांना गोल कोंडाळं करून बसवलं. सर्वण जाऊन कठड्यावर बसला. मी एका बाजूला उभा राहून चालू असलेलं व्यवस्थापन बघत होतो. मुलांना वाटून दिल्यावर आम्ही तिघांनीही आमची पुडकी उघडली.

ज्यानं कधी पाण्यात भिजलेलं अन्न खाल्लं नाही, ज्याला नेहेमी हात, तोंड भाजेल इतकं गरमागरम जेवणच मिळतं आणि ज्याला भूक लागल्यावर दहा मिनिटात जेवायला मिळू शकतं अशा कोणालाही आकाशातून खाली टाकल्या गेलेल्या अशा पिशव्यांमधल्या अन्नाची चव कधी समजू शकणार नाही.

चारी बाजूंनी पाण्यानं वेढलेल्या मोडक्या घराच्या गच्चीवर, सुकलेली तोंडं अन् कोरडे राठ केस झालेली ती लहान लहान मुलं आणि त्यांची जबाबदारी घेतलेले आम्ही, त्यांनी जे खाल्लं, त्यानं मिळालेल्या तृप्तीचा अनुभव ते अन्न ज्या कुणी शिजवलं असेल त्या व्यक्तीपर्यंत पोचावा, असं खूप वाटलं.

ह्या सामसूम, निर्जन जागेपासून खूप दूरदूर आपापल्या संसारात मग्न असलेल्या हे नगरवासिनी स्त्रियांनो, माझ्या हातात असलेलं हे अन्न तुमच्यापैकी कोणी बनवलं, ते मला ठाऊक नाही, पण पूर्ण आदरपूर्वक मी ते स्वीकारतो आहे आणि कदाचित कधी कोणी खाल्लं नसेल इतक्या प्रेमानं ते खातोय. तुम्ही कोण आहात, कुठे आहात, ते ठाऊक तर नाही, एवढं मात्र ठाऊक आहे, की तुमच्यासारखी माणसं आहेत तोपर्यंत ही पृथ्वी जगण्यासारखी असणार आहे.

मुलांना घरी पोचवण्याचं काम करायचं मी कबूल केलं. पटवाहून एक दोघं भेटायला येऊन गेले. तिथं खूप घरं पडली, पण कोणी दगावलं नाही. खेरा पूर्णपणे वाहून गेलंय, पण वादळ आलं त्याच्या आधीच सगळी माणसं पटवा, वराहस्वरूप अशा ठिकाणी निघून गेली होती. आता हळूहळू एकेकजण परत येत आहेत. मी आणि सर्वण मुलांना घेऊन निघालो. सगळीकडे चिखलच चिखल, पण बाभळीच्या झाडांपासच्या वाटेवरचं पाणी आता ओसरलं आहे. वादळात झालेली पडझड, नुकसान बघत आम्ही चाललो होतो. मरून पडलेल्या गुराढोरांची दुर्गंधी हळूहळू सुटू लागली आहे. साखळी, स्टँड, दुर्बीण, नकाशे असल्या रुक्ष गोष्टींशी माझा कामानिमित्त सारा वेळ संबंध यायचा, पण इथल्या धरतीनं माझं मन मात्र रुक्ष राहू दिलं नाही.

– नूरभाई गेला. त्याला दूधराज बघायला मिळाला असेल की नाही? नूरभाईची आठवण आली की ह्या उजाड प्रदेशात दिसणारे थोडे पक्षी पण आठवले.

– किष्ना, बेली, सगळ्यांची आठवण येते. बेटावर तर अपार नुकसान झालं असेल. कुठं गेली असतील सारी जणं? बाकी तिथे वायरलेस आहे, कदाचित आधीच कळलं असेल वादळ होणार असं, तर बरंच काही वाचवता आलं असेल.

– "अरे! हा पहा बाबाजींचा कमंडलु!" एका मुलाच्या ह्या शब्दानं माझं लक्ष बाभळीच्या झाडांकडे गेलं. एका फांदीला त्यांचा कमंडलु लटकत होता. काट्यांची पर्वा न करता मी झाडीत गेलो आणि तो कमंडलू घेऊन आलो. भराभरा पुढे निघालो, मुलं तर धावतच होती.

नेहेमी दुरून दिसणारा मठीवाला खडकच आज दिसेना तेव्हा मनात चर्रऽ झालं. तिथपर्यंत पोचून बघतो, तो समुद्रावर अर्धा अधांतरी असणारा खडकाचा भाग तुकडे तुकडे होऊन तुटून गेला आहे. मठीच्या लाकडांचे तुकडे इतस्ततः पसरले आहेत. मी मट्कन एका दगडावर बसलो. सर्वण हतबुद्ध होऊन बघत होता. मुलं त्या विनाशाचे अवशेष बघत आपापसात कुजबुजत होती.

बाबाजी कुठं गेले असतील? सगळं सोडून गेले असतील? का हे अनंत महाराज– मला कल्पना करवेना. मी त्यांना अर्धे वेडे समजायचो, विक्षिप्त म्हणायचो, त्यांचं बरचसं बोलणं मी दंभ-दर्पोक्ती मानून सोडून दिलं होतं, पण ह्या क्षणी आता मला स्वच्छ उमजतंय की अर्धवेडा वाटणारा तो माणूस, समग्र ब्रह्मांडातील नक्षत्रांपासून ते रेतीच्या कणांपर्यंत प्रत्येक वस्तूशी बोलू शकत होता, अगदी सहजभावानं आणि पूर्णपणे भानावर राहून!

मुलं खेराला पोचली तेव्हा त्यांच्या वडील माणसांचे डोळे भरून आले. गावात काहीही शिल्लक उरलेलं नाही, पण शामजी सरपंच जराही हतबल झालेले नाहीत. जे काही उरलं आहे, त्यात बाहेरून येणाऱ्या मदतीची भर घालून झोपड्या परत उभ्या राहाणार आहेत.

मी अन् सर्वण हवेलीवर परत आलो तेव्हा अवल पटव्याला जाऊन परत आली होती. तिचे भाऊ न् वहिनी तिच्या मदतीला आले आहेत. तिघं मिळून अवलची झोपडी परत उभी करायच्या कामाला लागले आहेत.

मला बघताच अवलच्या डोळ्यात प्रश्न उमटला. उत्तरादाखल मी कमंडलू वर उचलून दाखवला. क्षण दोन क्षण अवल स्तब्ध उभी राहिली आणि मग शांतपणे तट्टे, बांबू, बांधायच्या कामात परत मग्न झाली. मी आणि सर्वणही मदतीला लागलो. संध्याकाळी सगळी माझ्या क्वार्टरवर राहिली.

कितीतरी दिवसांपासून अवलला काही सांगायचं होतं, पण मी सांगू शकत नव्हतो. आज विहिरीच्या कठड्यावर ती स्वस्थ बसली आहे, ही वेळ चांगली आहे असा विचार करून तिच्याजवळ गेलो, तिच्यासमोर आरामखुर्ची टाकून बसलो.

"अवल, माझं काम आता पुरं होईल, लरकरच मी परत जाईन, कदाचित त्याच्या आधीच राजिनामा देऊनही जाईन." मी सुरुवात केली.

"तर मग?"

"शहरात परत गेल्यावर हवेलीच्या मालकीसाठी कोर्टात केस करता येईल.

मी पुष्कळ पुरावा गोळा केला आहे.''

"नाही, नको.'' हवेलीच्या भग्न अवस्थेकडे बघत तिनं म्हटलं.

"तुला ठाऊक आहे, इथं केमिकल झोन झाला, तर ह्या मिळकतीची किंमत किती होईल?'' अवल काहीच बोलली नाही. मीच पुढे म्हटलं, "ह्याला त्याग नाही म्हणत, मूर्खपणा म्हणतात.''

"मी त्याग केलेलाच नाही. जे माझं नाहीच, ते मिळवायची इच्छा मला नसणं ह्याला त्याग कसा म्हणता तुम्ही?'' दगडाच्या कठड्यावर पाय लांब करून बसत ती म्हणाली, "असं पहा, केशोदादांची संपत्ती माझ्या नावे करून देण्याला कोर्टाला किती वर्षं लागतील? कदाचित खोटे नाटे पुरावे पण उभे करावे लागतील. थोड्याफार इस्टेटीसाठी आयुष्यातली कितीतरी वर्षं अशी घालवायची हे फार अकलेचं काम आहे असं मला नाही वाटत.''

"हादाभट्टनी ह्या हवेलीचं दान स्वीकारलं होतं. मग ती घेण्यात तुला अडचण काय आहे?''

"माझ्या आजे सासऱ्यांनी हवेली मिळवण्यासाठी काहीही धावाधाव केलेली नव्हती. ही संपत्ती त्यांना आपसुक मिळालेली, तितक्याच सहजपणे त्यांनी ती केशोदादाला देऊनही टाकली होती.'' समुद्राकडे बघत अवल बोलत होती.

"कधी कधी तुझं बोलणं मला समजतच नाही.'' मी अवलला समजावायचा प्रयत्न करत होतो. "हे बघ, केशोभटला वंश नाही. मग त्यांचे वारसदार तुम्हीच नाही का ठरत?'' जरासं चिडूनच मी बोलून गेलो, "विष्नोच्या बापूंनी (वडिलांनी) पटवाचं शेत कसायला घेतलं, एवढ्याशा गोष्टीसाठी हा असा वनवास भोगायचा तुझा निर्णय मला तरी कळतच नाही.''

अवल एकदम चमकली. लांब पसरलेले पाय खाली सोडून सरळ बसली आणि माझ्याकडे बघून म्हणाली, "तुम्हाला काय ठाऊक?''

"गोपा काकांनी आम्हाला सांगितलं होतं.'' अवलच्या चेहेऱ्यावर म्लानसं हसू उमटलं. म्हणाली,

"अशा तऱ्हा तऱ्हा करून सर्वज्ञ बनण्याची कोशीश करायचं सोडून दिलंत तर ते शोभेल तुम्हाला!'' मग जरा वेळ गप्प बसून राहिली आणि परत म्हणाली, "ज्याला जे वाटलं असेल, तसं त्याला म्हणू दे. पण विष्नोच्या बापूंनी जे केलं त्यामुळं मी पटवा सोडलं, असं कोणी सांगितलं अन् तुम्ही ते खरं मानलंत, ह्याचं वाईट वाटतं. इथं राहायचं हे मी माझ्या इच्छेनं ठरवलं, माझ्या पापाचं प्रायश्चित म्हणून!''

मी गप्पच बसलो. एखाद्या स्त्री समोर बसून तिच्या पतीविषयी चर्चा करणं मला बरोबर वाटलं नाही. अवलही गप्प होती. कशाचा तरी निर्णय मनाशी करायला बघत असेल तशी. एकटक समुद्राकडे बघत राहिली. मग जराशानं बोलू लागली.

"तुमच्या मनात शंका राहायला नको म्हणून सारं ऐकून घेतलंत तर बरं होईल. रतन बा म्हणजे केशोवादांच्या पत्नींना स्वर्गवास झाला, तेव्हा मी आणि विष्नोचे बापू, दोघंच त्यांच्याजवळ होतो. अगदी शेवटच्या क्षणी बा काहीतरी बोलल्या, पण काही समजलं नाही. पटवाचं शेत कसण्याची गोष्ट उमाबांजवळ निघाली, तेव्हा मी पडवीत बसून तांदूळ निवडत होते. माझ्या आजे सासूबाई खूप रागावलेल्या होत्या. विष्नोच्या बापूना म्हणाल्या, "अरे, हादाभटचा वंश तू, आणि तू उठून आता केशाची जमीन कसणारेस? मी बोलतोय ते नीट ऐकून ठेव. ज्या दिवशी तू नांगर जोडशील त्या दिवशी मी इथून निघून जाईन."

"ठाऊक आहे मला." मी मधेच बोललो.

"नाही ठाऊक काहीसुद्धा तुम्हाला, ऐकून घ्या. त्या वेळी विष्नोचे बापू म्हणाले, 'आजी, केशोदादा आजोबा तर नाहीयेत आणि त्या आजीची इच्छासुद्धा ते शेत मला देऊन टाकायची होती. अगदी शेवटच्या क्षणी सुद्धा ते शेत कसायला त्यांनी मला सांगितलं. विचार तुझ्या सुनेला (नातसुनेला) ती पण तिथं होती." बोलता बोलता अवल थांबली नी आभाळाकडे बघत राहिली. मी उत्कंठापूर्वक ऐकत होतो.

"उमा बांनी माझ्याकडे नजर टाकली. मी त्यांना फार मानत असे. एकदम बावरून मी डोक्यावरून पदर पुढे ओढून घेतला. कानकोंडी झाले होते मी. नाही म्हटलं तर नवऱ्याला खोटं पाडणं होत होतं, आणि समजा रतन बांना खरंच शेती करायला ह्यांना शेत द्यायचं असेल, तर? कदाचित मला जे नीट ऐकू आलं नव्हतं ते त्यांना ऐकू आलंही असेल, म्हणून शेवटी मी म्हटलं, 'हां बा."

अवल सारख्या भक्कम मनाच्या स्त्रीलाही अशा धर्मसंकटाचा सामना करणं किती अवघड झालं असेल!

"माझ्या आजे सासूबाई मला काहीच बोलल्या नाहीत. विष्नोच्या बापूला म्हणाल्या, केवळ अवल लक्ष्मी 'हां' (सुनेला लक्ष्मी म्हणायचा प्रघात आहे) म्हणतेय म्हणून पटवाची जमीन कसायची परवानगी देतेय मी तुला. कर शेती तिथं जा."

"मग प्रश्नच कुठे राहिला?" पुन्हा मी मधेच बोललो.

"आता तुम्ही पुरतं ऐकून घ्याल का?" मी पुन्हा गप झालो.

"ह्यांनी नांगर जोडला न् शेतात गेले तशी उमा बांनी गाडी जोडायला सांगितलं. स्वतःच्या कपड्यांशिवाय काहीही न घेता, त्या गाडीत बसल्या. मी दिङ्मूढ झाले. म्हटलं, 'बा, कुठे जाताय?' तर म्हणाल्या, 'भट्टच्या नावानं (हादाभट्ट) जी जागा आहे, तिथं जाऊन राहाणार आहे. आता इथून मन उडालं माझं." आवंढा गिळून अवल पुढं बोलू लागली, "मी त्यांना थांबवयाचा खूप प्रयत्न केला, खूपदा विचारलं का जाताय म्हणून, तेव्हा म्हणाल्या, 'लक्ष्मी, तू तुझ्या

नवऱ्याची बाजू राखायला तसं बोललीस हे ठीकच आहे. पण केशा घर सोडून निघून गेलेला आहे; मेलेला नाही! आणि तो जिवंत असेपर्यंत त्याच्या संपत्तीची वाटणी रतन कधीही करणार नाही. रतन पंधरा वर्षांची होती तेव्हा पासून मी ओळखतेय तिला. आपला पती आता जिवंत नाही असं मानायला ती कधी तयार होणार नाही आणि म्हणूनच ते शेत दुसऱ्याला देऊन टाकणारच नाही. केशाचे कपडे सुद्धा तिनं सांभाळून ठेवले होते, दान करून नव्हते टाकले!'' हे ऐकून मी जागच्या जागी थिजले. मी काही बोलणार तेवढ्यात उमा बा म्हणाल्या, 'तू तुझा पत्नीधर्म पाळलास. आता हे जे आपण बोललो ते फक्त तुझ्यात नी माझ्यात. शपथ आहे माझी नवऱ्याला काही म्हणालीस तर. स्त्रीचं मन सारा समुद्र सामावेल एवढं असतं, आपल्याला योग्य वाटेल, ते आपण करत राहायचं, आपल्या मनात काय आहे, ते दुसऱ्या कोणाला कळलं नाही पाहिजे मुळीच!'

अवलची कथा संपली. मग माझ्याकडे बघून म्हणाली,

''नरो वा कुंजरो वा' सारख्या एवढ्याशा गोष्टीनं युधिष्ठिरासारख्याला पाप लागतं, मग अवलची गत काय होणार? हादाभट्टच्या घरात राहायचा मग मला अधिकारच काय? उमा बांची चाकरी सेवा करायचा बहाणा करून मग मी इकडे आले ती तेव्हापासून इथेच आहे.'' ती उठून माझ्या क्वार्टर कडे गेली.

मी गप्प बसून राहिलो. माणसाच्या मनाचा ठाव कदाचित ईश्वरालाही लागत नसेल!

ग्रीन बेल्टचं काम सुरू झालं आहे. गाड्याच्या गाड्या भरून रोपं येत आहेत, लावली जात आहेत. माझं काम पुरं व्हायच्या बेतात आहे. रिपोर्ट पूर्ण झालाय. व दक्षिण बाजूची थोडीशी जमीन मापायची बाकी आहे, तेवढं झालं की शेवटचा नकाशा पण तयार होऊन जाईल.

'सर्वण, रविवारी गाडी मागव. मी जिल्हा कचेरीला जाणार आहे, तिथून रजेवर.' नकाशा व रिपोर्ट देऊन तेव्हाच बदलीचा अर्ज द्यायचा आणि बदली होईपर्यंत रजेवर जायचं असा माझा विचार होता. राजीनामा द्यावा लागला तर तोही द्यायची तयारी होती. रस्ते करणारे स्टीमरोलर्स इथे येऊन पोचतील तेव्हा इथं राहाणं मला जमलं नसतं.

शनिवार सगळा मोजणीच्या कामात गेला. मापणी करता करता आम्ही कितीतरी लांब गेलो. ''रुक्मीपाणा इथून किती दूर?'' मी सर्वणला विचारलं. साखळी पिशवीत टाकून तो स्टँड बंद करून बांधत होता.

''बस, हे मधलं शेत ओलांडलं की रुक्मीपाणा. वाटेत गोड पाण्याचा झरा लागतो त्याच्या डोक्यावरचा खडक तो रुक्मी पाणा.''

''मग तू परत जा, मी उशीरानं घरी येईन.'' मला इथून जाण्यापूर्वी एकदा सबूरला भेटायचं होतं. तो जर नाही भेटला, तर रुक्मीपाणा बघून परत फिरणार

होतो. मी कबीराला घेऊन निघालो. थोड्याच वेळात गोड पाण्याचे झरे आले. तिथून मी घोड्याला वर चढावर नेला आणि रुक्मीपाणावर पोचल्यावर जे दिसलं, त्यानं मी अवाक् झालो!

रुक्मीपाणावर, त्या काळ्या पाषाणावर, आंबा, नारळ, चिकू, डाळिंब ह्यांची लहान लहान रोपं वाऱ्यावर डोलत होती! सबूरची दोन एक एकर जमीन झाडं वेलींनी भरून गेलीय! घटकाभर तर मला वाटलं की मी स्वप्नातच आहे!

मला बघताक्षणी सबूर अन् त्याची बायको धावतच आले. झोपेतनं जागा होत असल्यासारखा मी सबूरकडे बघत राहिलो न् मग विचारलं,

"का रे, इतके दिवस दिसलाच नाहीस कुठे तो?" विचारता विचारता मलाच संकोच वाटला. मीच त्याला बोलावून घ्यायला नको होता का? मी बोलावल्याशिवाय तो येणार नाही असं अवल म्हणाली होती.

सबूरनं हात जोडले, खाली वाकून नमस्कार केला, न् म्हणतो, "रिकाम्या हातानं काय यायचं साहेब? एखादं फळ झालं असतं झाडावर तर घिऊन आलू असतो." मग मला वाटलं, की 'अरे, तू तर कमाल केलीस' असं काहीतरी मी म्हटलं असतं तर जास्त चांगलं वाटलं असतं. रुक्मीपाणावरच सबूरनं घरही बनवलंय. चुना सिमेंट शिवाय, नुसते एकावर एक दगड बसवून. ते बघून मला अवलचे शब्द आठवले,

"आपल्याला नाही सुचणार ते कदाचित त्याला सुचत असेल!"

सबूरच्या बायकोनं पाणी आणलं, छोटं खाटलं आडवं टाकून मला 'बसा' म्हटलं,

"खरोखर सबूर, तू तर जादुगर झालास! कसं काय केलंस हे सगळं?" मी त्या छोट्या रोपांकडे बघत विचारलं. सबूरला बुद्धी कमी आहे असं वाटायचं, त्याचा मला आता पश्चात्ताप झाला.

"बग ना, तू बगतोयस असंच केलं. जागा आमच्या नावानं झाली त्या दिसापासनं आम्ही दोघं पत्थर खोदायाच लागलो. व्हीर खोदतो तसे खड्डे केले. मधे खोल, न् हात दोन हात रूंद. मग गाड्यान् गाड्या मातीन् खत आणून त्ये खड्डं भरून काडले." सबूरला एवढं लांबलचक प्रथमच बोलताना ऐकून खूप बरं वाटत होतं.

"आणि पाणी रे?"

"हतं पान्याला वो काय कमी? ह्यो खडकाच्या जवळनंच झरा जातुया न्हवं? आन्खी दुसरे सात झरे हायेत खाली. आन् झोपडीच्या बाजूला साठ फूट खोदून व्हीर काडली."

साठ फूट खोल पाषाण खोदून विहीर कढणं हे कर्मकठीण! ह्या वैराण भूमीवर गोडं पाणी मिळण्याची मारामार. खेरा, पटवा ह्या गावांमधे गोडं पाणी तीन कोसांवरून भरून आणावं लागतं, हवेलीवर पावसाळ्यातलं पाणी पिण्यासाठी

साठवायला म्हणून टाक्या बांधलेल्या आहेत. मग ह्या काळ्याकभिन्न पाषाणातून गोडं पाणी कसं निघालं असेल? विहीर खोदायला, खोल खड्डे खणून त्यात झाडं लावायला ह्या निरक्षर अडाणी जोडप्यानं किती अथांग परिश्रम केले असतील! "खूऽऽप मेहेनत केलीस रे!" मी म्हटलं.

"आता वं? मेहेनत न करता काय होनार? एका पूनमपासून दुसऱ्या पूनमपोतर तीन खड्डे तयार व्हायाचे. पहिल्यांदा दगडाच्या खानीवर खोदायचं काम क्येलेलं ना, तवां ठावं हुतं कसा दगड फोडाय लागतो, म्हून जमलं, न्हाय तर नसतं जालं. त्याऽतिकडचं तीन आंबं तर पहिल्याच वर्सात लावलेलं, आत्ता ह्यो वादळ झालं न्हवं, त्यात तुटून ग्येलं, न्हाईपेक्षा चांगली मोटी जाली व्हती झाडं."

"खूप मोठी असती तर पारच तुटली असती, ही अजून जरा लहान आहेत म्हणून टिकली. अजून खूप लावायचं बाकी आहे, होय ना?" बऱ्याच मोकळ्या पडलेल्या जमिनीकडे बघत मी म्हटलं.

"हं, अजून अर्धं मुर्धं बाकी हाये. पन व्हईल हळूहळू. खड्डे करून झाल्यात, आता पाऊस बी झालाय, आता लावू या."

मी उभा झालो. ह्या काळ्या घाणेरड्या सबूरियाला मी माझ्या घराच्या ओट्यावरसुद्धा येऊ दिला नव्हता. आज त्या गोष्टीची लाज वाटतेय, त्याला जवळ घेऊन भेटावंसं वाटतंय. मी त्याचे दोन्ही हात हातात घेऊन थोपटले.

सूर्य दरियापार डुबण्याच्या तयारी आहे. छोट्या नारळींच्या पानांमागे चमकणारा समुद्र त्यात बुडणाऱ्या सूर्यांचे केशरी बिंब, दिवसभर तापलेल्या खडकांमधून उठणारा ओल्या वाफ्यांचा सुगंध. कुठूनसा कसलातरी अनोळखी आवाज ऐकू येतो. मला आज पटतंय की धरती खरोखर साद घालत असते आणि कोणी एखादा विरळा माणूस ती साद ऐकू शकतो आणि त्याला जबाब देऊ शकतो. निसर्ग आणि मानव ह्यांच्यामधे पूर्वापार चालत आलेला हा व्यवहार आहे. ह्या सगळ्या चेतन, अचेतन वस्तूंनी भरलेल्या दुनियेत कुठेतरी कोणतातरी छुपा मार्ग असतो, ज्याच्या मार्गानं चेतन आणि अचेतन एकमेकांशी संवाद साधू शकतात.

मी परत जायला निघालो तेव्हा दोघं मला बाहेरपर्यंत पोचवायला आले.

"ये बरं का पुन्हा कवातरी." सबूर म्हणाला,

"मी तर उद्या परत जातोय पण अवलला नक्की सांगेन तुझा हा मळा बघून जायला."

"ती तर दर पूनमला येतीया." सबूरची बायको म्हणाली.

"ह्ये वादळ होनार असं तीच तर सांगून गेलीव् ती, न्हाईपेक्षा आमी वादळात उडून गेलो असतो!" सबूरनं होकार भरला.

"ही दोन वर्सं फार अवगाड ग्येलं. आमी दोगं तर सारा दीस हितं काम करतो, दुसरीकडं मजुरी करायाबी जात न्हाई, मग भाकर कुटून मिळनार? तर अवल बा

दर पूनमला धान टाकूनशान् जात्ये. ह्या दोन वर्सांचं भाकरीचं त्यांचं कर्जच की म्हना हाये आमच्या माथ्यावर!''

मी क्षण दोन क्षण स्तब्ध झालो. धान्याचा इतका चांगला उपयोग मला कधी करता आला नसता! अवल होती म्हणूनच हे होऊ शकलं.

कबीराजवळ येऊन मी थांबलो. कदाचित इतक्या वर्षांत प्रथमच मी त्याच्या अंगावर हात फिरवला; त्याच्या आयाळीतनं बोटं फिरवली. त्याचं अंग थरारलं. आजपर्यंत कबीराचा विचार इथून तिथे जाण्याचं साधन ह्या पलीकडे मी केलाच नव्हता. पाळलेले प्राणी, त्यांची वफादारी, मालक नोकर ह्या संबंधापलीकडचं नातं ह्या सगळ्या गोष्टी नुसत्या काल्पनिक असतात असंच मला वाटायचं.

पण कोण जाणे का, आज कबीरा वेगळाच वाटतोय. ह्या स्वाभिमानी, खंबीर माणसांच्या प्रदेशाचा, इथल्या सौंदर्याचा, अंधश्रद्धांचा, देवदेवतांचा आणि दंतकथांचा परिचय कबीरानं त्याच्या पाठीवरनं घेऊन जाऊन मला करून दिलाय. माझ्या मनातल्या विचारांचा, आनंद, व्यथा, थकवा, उत्साह, साऱ्यांचा एकमात्र साक्षी तो आहे.

एकदम वाटलं त्याच्यावर स्वार नाही होऊ कधी. मी त्याचा लगाम सोडून टाकला, खोगीर काढून टाकलं, रकीब काढली अन् ते सगळं ओझं माझ्या हातात घेऊन खडक उतरून किनाऱ्यावरून चालू लागलो.

मुक्त झालेला कबीरा माझ्यामागून चालत होता. मावळत्या संध्याकाळी समुद्राच्या ओल्या रेतीत सहा पावलं एकमेकात मिसळत चालली होती.

■